फॉर लाइफ

स्वप्नपूर्तीची विलक्षण वाट

लेखक

स्टिफन सी. लन्डिन, जॉन क्रिस्टेन्सेन
हॅरी पॉल

अनुवाद

डॉ. शुचिता नांदापूरकर-फडके

मेहता पब्लिशिंग हाऊस

FISH! FOR LIFE by STEPHEN C. LUNDIN, HARRY PAUL AND JOHN CHRISTENSEN

Translated into Marathi Language by Dr. Shuchita Nandapurkar-Phadke

फिश! फॉर लाइफ / अनुवादित मार्गदर्शनपर

अनुवाद : डॉ. शुचिता नांदापूरकर-फडके

Email : author@mehtapublishinghouse.com

प्रकाशक : सुनील अनिल मेहता, मेहता पब्लिशिंग हाऊस,
१९४१, सदाशिव पेठ, पुणे ३०.

अक्षरजुळणी : इफेक्ट्स, २१/ब, आयडिअल कॉलनी, कोथरूड, पुणे ३८.

मुखपृष्ठ : मेहता पब्लिशिंग हाऊस

प्रथमावृत्ती : सप्टेंबर, २०१८

P Book ISBN 9789353171056

प्रस्तावना

मी सतरा वर्षांचा झाल्यावर 'समर कॅम्प्स'मध्ये जायला सुरुवात केली. सतत सहा वर्षं मी समर कॅम्प्समध्ये जात होतो. कॅम्प करेजमध्ये एकूण चौदा आठवडे घालविले. या सहा समर्सना मी माझ्या आयुष्याचे शिल्पकार म्हणतो.

शारीरिकदृष्ट्या दुर्बल असणाऱ्या, सेरेब्रल पाल्सी किंवा मस्क्युलर डिस्ट्रॉफी असलेल्या या मुलांच्या दृष्टीने कॅम्प करेज म्हणजे आनंदाची पर्वणीच होती. सर्वसाधारण मुलांच्या कॅम्पमध्ये असलेले पोहणे, बोट चालविणे, रात्रभर कॅम्पिंग, स्वैपाकघरात लुडबुड असे सगळे प्रकार या विशेष मुलांसाठी देखील उपलब्ध असत. अर्थात त्यांच्या दिमतीला सातत्याने हजर असत, किशोरवयीन काऊन्सिलर्स. या मुलांच्या पालकांकरिता आपल्या मुलांना इथे पाठवणं ही एक उत्तम संधी होती. मुलांची काळजी घेऊन पालकही थकून जात. शिवाय काऊन्सिलर्सना आयुष्यातील अनमोल शिक्षणाची संधी सहजच प्राप्त होत असे. इथे मिळालेलं हे शिक्षण पुढील आयुष्यात कुठे ना कुठे कामी येणारच होतं. मी असाच एक भाग्यवान काऊन्सिलर होतो. इथल्या वास्तव्यात मला अनेकानेक अमूल्य धडे मिळाले. उर्वरित आयुष्यात त्या साऱ्यांचाच मला या ना त्या प्रकारे उपयोग झाला.

'कॅम्प करेज'मधले वातावरण म्हणा किंवा संस्कृती म्हणा, माझ्या जीवनावर तिचा जबरदस्त ठसा उमटला. जगाकडे पाहण्याची माझी दृष्टी विकसित करण्याचं श्रेयदेखील याच संस्कृतीचं. आजवर मी काम केलेल्या जागांपैकी सर्वांत मस्त, ऊर्जेने परिपूर्ण, आनंदी, सकारात्मक आणि सुखदायी अशी ती जागा होती. खोटेपणाचे कुठलेच मुखवटे तिथे टिकत नसत. तिथल्या परिसरात सच्चेपणा आणि प्रामाणिकपणा मुरलेला होता. तिथे वास्तव्याला असणाऱ्या व्यक्तींमध्ये तरल आणि दृढ भावबंध निर्माण झाले होते. त्यामुळेच आळस, लबाडी, नाटकीपणा अशा अवगुणांना तिथे थारा नव्हता. अर्थात त्यावेळेस मला ही जाणीव झाली नव्हती; परंतु

कालांतराने माझं अनुभवविश्व जसजसं संपन्न होत गेलं, तसतसं मला जाणवलं की ‘कॅम्प करेज’सारख्या जागा आणि तिथलं वातावरण यांची आपल्या या जगात किती वानवा आहे.

‘कॅम्प करेज’मध्ये आम्ही खूप धम्माल करायचो. तिथली मुलंदेखील जबरदस्त होती. आपल्या शारीरिक दुर्बलतेवर मात करताना त्यांच्या मनोवृत्तीचे अनेक पदर माझ्यासमोर उलगडत. त्यांच्या या गुणांमुळे माझ्या मनात त्यांना आजीवन आदराचं स्थान मिळालं आहे. मर्यादांच्या चौकटीत जायबंदी असूनही स्वातंत्र्याचा आनंद कसा लुटावा याचा आदर्श माझ्यासमोर घातला तो याच मुलांनी. शारीरिक मर्यादांचा बाऊ न करता समोर येणारं प्रत्येक आव्हान पेलण्याचं, प्रत्येक संधीचं सोनं करण्याचे त्यांचे प्रयत्न त्यांच्यासाठी सातत्याने आनंदाची दारं उघडी करीत असत. खरं सांगायचं तर आमचा कस लागत असे त्यांच्याबरोबर, आणि म्हणूनच आम्हालाच अज्ञात असणारे आमचे गुण आम्हाला त्यांच्या बरोबरीने, उमेदीने जगायला शिकवत असत. त्यांच्यातले काहीजण फिरून पुढच्या वर्षी दृष्टीस पडणार नाहीत हे वास्तव आम्हाला अधिकाधिक प्रयत्न करायला, त्यांच्या आयुष्यामध्ये सौख्याची उधळण करायला प्रवृत्त करत असत.

‘कॅम्प करेज’मधल्या तन्मयतेने माझ्या मनावर, विचारांवर खोल ठसा उमटवला होता. सुमारे चाळीस वर्षांनंतर सिॲटलमध्ये एक कार्यक्रम घेताना खोलवर दडलेल्या कॅम्प करेजच्या सर्व आठवणी जाग्या झाल्या आणि त्या तन्मयतेला मी ‘द फिश! फिलॉसॉफी’ या नावामध्ये बांधलं. जॉन क्रिस्टेन्सेन हा माझा सहकारी होता. आम्ही दोघांनी कवी डेव्हिड व्हाईट याच्यावर एक फिल्म तयार केली होती. डेव्हिड व्हाईटने कवितांना व्यावसायिक जगाच्या उंबरठ्यावर नेऊन पोहोचवलं होतं. त्या फिल्मकरिता आम्ही आठवडावर काम केलं होतं.

काम संपल्यावर जॉन काही खरेदी करण्यासाठी सिॲटलमध्ये फिरत असताना तिथल्या फिश मार्केटमध्ये पोहोचला. त्याच्यातल्या संवेदनशील मनाने फिश मार्केटमधली सकारात्मक ऊर्जा आणि जिवंतपणा अचूक टिपला. एवढंच नाही, तर त्याने ते सर्व वातावरण आपल्या कॅमेऱ्यात टिपले, फिश! या फिल्मच्या रूपाने. या फिल्मचं एडिटिंग सुरू असतानाच मी फिश! या नावाने एक पुस्तक लिहिलं. तिथेच आमच्या फिश! फिलॉसॉफीची रुजवात झाली.

तुम्हाला जिथे जिथे फिश! फिलॉसॉफी जाणवेल, तिथे तिथे तुम्हाला चार घटक आढळतील. अर्थात त्यांचं प्रमाण कमी-अधिक असू शकेल.

‘चैतन्यपूर्ण सहभाग’– मजा आणि मनाची स्वस्थता

‘सौख्याची अनुभूती’– इतरांना उत्साह वाटेल अशा प्रकारे त्यांना गुंतवण्याचा प्रयत्न

'तन्मयता'– असलेल्या क्षणाकरिता जगणे आणि इतरांकडे संपूर्ण लक्ष देणे.

'मनोवृत्ती निवडा'– तुम्ही स्वत:साठी निवडलेली मनोवृत्तीच तुमच्या वागण्या-बोलण्यातून दिसून येणार आहे हे लक्षात घेणे.

फिश! या पहिल्या पुस्तकाच्या पाठोपाठ *फिश! कथा* हे पुस्तक घेऊन आलं, अनेक खऱ्याखुऱ्या कथा, वेगवेगळ्या कंपन्यांच्या संदर्भात घडलेल्या. फिश! फिलॉसॉफीची ही मशाल सातत्याने पेटती कशी ठेवायची या संदर्भात असलेल्या सर्व प्रश्नांचा ऊहापोह केला गेला, *फिश! बोधकथा* या पुढच्या पुस्तकात. फिश! संदर्भात चर्चा करताना, जगभरात प्रवास करताना, माझ्या वाट्याला आलेल्या अनोख्या क्षणांचा परिपाक म्हणजे प्रस्तुत *'फिश! आयुष्याकरिता'*. माझ्या प्रवासादरम्यान मला अनेकजण भेटले. त्यांनी फिश!चं गुणगान केलं. आपापल्या कार्यालयीन कामकाजाच्या ठिकाणी फिश!चा पडलेला प्रभाव माझ्यापर्यंत पोहोचविला आणि ही फिश! फिलॉसॉफी घरातसुद्धा तितकीच प्रभावी ठरते, हे गुपितदेखील सांगितलं. शिवाय फारसे आढेवेढे न घेताच स्वत:चे खाजगी जीवनातले अनुभव देखील मोकळ्या मनाने मला सांगितले.

ऑफिसमधला व्यस्त दिवस संपवून घरी जाणारं मन 'रिक्त' नसतं हे स्पष्ट होत गेलं. उलटपक्षी आपापल्या ऑफिसमधून सुरेख, अनोखी संवेदना घेऊनच सर्वजण घरी परतत असत. खरं सांगायचं तर फिश! फिलॉसॉफीनं त्यांच्या ऑफिसमध्ये, फाईल्समध्ये, कॅंटीनमध्ये अगदी जिथे जागा होती तिथे सगळीकडे घर केलं होतं. हीच फिश! फिलॉसॉफी घरात पोहोचली तर काय होतं, ते मांडलं आहे, *'फिश!आयुष्याकरिता'* या पुस्तकात!

– स्टिफन सी. लन्डिन

Mehta Publishing House, 1941, Madiwale Colony, Sadashiv Peth, Pune 411030.
✆ +91 020-24476924 / 24460313
Email : production@mehtapublishinghouse.com
Website : www.mehtapublishinghouse.com

मेरी जेन आणि लोनी

चार वर्षांपूर्वी त्याने तिला मागणी घातली होती. त्या दिवशी ते नेहमीप्रमाणे कॉफी पित होते. गेल्या कित्येक दिवसांचा त्यांचा तो शिरस्ता होता, ठरावीक कॉफी शॉपमध्ये कॉफी घेत घेत एकमेकांबरोबर वेळ घालवायचा, गप्पा मारायचा. मैत्रीचं रूपांतर प्रेमात कधी झालं ते कळलंच नाही त्यांना. त्याही दिवशी तिने तिचा आवडता कप केक ऑर्डर केला होता. म्हणायला दोघात एक असणारा केक, तीच संपवत असे; परंतु त्या दिवशी केकची प्लेट जेव्हा टेबलवर आली तेव्हा तिला धक्काच बसला. नेहमीच्या केकच्या जागी प्लेटमध्ये होता एक सुंदर मोठा मासा आणि त्याच्या उघड्या तोंडात कलात्मकरित्या ठेवलेली अंगठी! आश्चर्याचा पहिला धक्का ओसरल्यावर सारं काही तिच्या लक्षात आलं आणि ती अंगठी तिच्या बोटात सरकवायला तिने त्याला मान्यता दिली. अशा अनोख्या रितीने त्यांचा वाङ्‌निश्चय पार पडला.

तिथल्या प्रसिद्ध फिश मार्केटमध्ये तो एक प्रथितयश मासे-व्यापारी होता. तिथे चालणारा व्यापार पाहायला अनेक पर्यटक आवर्जून येत असत. चेहऱ्यावर उत्सुकता घेऊन येणारे पर्यटक प्रेरित होऊन समाधानाने बाहेर पडत, ते हातामध्ये ताज्या मासोळीने भरलेल्या पिशव्या घेऊन. याच बाजारात ती दोघंजण साधारण पाचएक वर्षांपूर्वी भेटली होती. ऑफिसच्या लंच ब्रेकमध्ये ती पाय मोकळे करायला बाहेर पडली होती. खांद्याला टिफिन असलेली बॅग आणि चेहऱ्यावरती काळजीचं भलंथोरलं ओझं वागवीत ती पलीकडे असलेल्या या फिश मार्केटमध्ये येऊन पोहोचली होती. तिथल्या सकारात्मक ऊर्जेने तिला जणू खेचून आणलं होतं. खरं तर ती निरुद्देश भटकत होती; परंतु जेव्हा त्याने तिला पाहिलं, तेव्हा तिच्या चेहऱ्यावरचा ताण त्याच्या अनुभवी नजरेनं अचूक टिपला. आपणहून पुढे होत त्यानं तिची ओळख करून घेतली. तिला

गप्पांमध्ये रमवलं. हळूहळू तिच्या चेहऱ्यावरचा ताण जाऊन त्या जागी तिचं नेहमीचं स्मितहास्य आलं. तिची समस्या त्याने ऐकून तर घेतलीच शिवाय त्याचं गांभीर्यदेखील कमी केलं, नकळतच...

अर्थातच तिला किती पराकोटीचा ताण आहे याची पूर्ण कल्पना त्याला त्या वेळेस येणं कठीणच होतं. एखाद्या व्यक्तीला खिन्न, उदास पाहून दुसरी व्यक्ती माणुसकीच्या ज्या सहज स्वाभाविक भावनेनं पुढे होऊन मदत करील, त्याच भावनेनं त्यानंदेखील तिला मदत केली होती. तिचा नवरा नुकताच निधन पावला होता. तिची दोन्ही मुलं लहान होती. मुलांना एकटीने वाढवायची जबाबदारी तिच्यावर येऊन पडली होती. अशा परिस्थितीत होणारं प्रमोशन आणि त्याचे मिळणारे लाभ तिच्या दृष्टीने अत्यावश्यकच होते. प्रमोशननंतर तिच्या हाताखाली जो विभाग येणार होता, त्याची दुष्कीर्ती खरं तर तिच्या कानावर आलेली होती, नाही असं नाही. तरीदेखील तिने त्या प्रमोशनला मान्यता दिली होती. मनातून आशा होती की, त्या विभागाच्या दुष्कीर्तीमध्ये अतिशयोक्तिचा भाग असणार. मात्र, त्या विभागात रुजू झाल्यावर तिच्या लक्षात आलं की, तिने ऐकलं होतं त्याहीपेक्षा भयंकर वाईट परिस्थितीला तिला सामोरं जावं लागणार आहे. तिथल्या विक्षिप्त आणि विचित्र कर्मचाऱ्यांशी वागताना तिला प्रत्यही अडचणी जाणवू लागल्या. अतिशय त्रासून आणि खरं तर या कर्मचाऱ्यांशी कसं वागावं, यांना वळण कसं लावावं या जबाबदारीने घाबरूनच तिने त्या दिवशी फिश मार्केटमध्ये प्रवेश केला होता. कुठून, कशी सुरुवात करावी हेच मुळी तिला उमगत नव्हतं. त्या दोघांच्या त्या दिवशीच्या गप्पांच्या ओघात तिने त्याला 'फर्स्ट गॅरंटी फाइनॅन्शल्' या आपल्या कंपनीतील आपल्या प्रमोशनबद्दल माहिती दिली. आपल्या हाताखालचा कर्मचारी वर्ग किती छळवादी आणि असंतुष्ट आहे हेदेखील तिने सांगितलं. तिच्या कंपनीतील मॅनेजर त्या कर्मचाऱ्यांचा उल्लेख 'टॉक्सिक एनर्जी डंप' म्हणजेच 'विषारी ऊर्जेचा कचरा डेपो' असा करतो हे तिने सांगितल्यावर तो खो-खो हसू लागला. इतक्या प्रतिकूल परिस्थितीमध्ये तिथे टिकून राहाण्याचा तिचा निर्धार पाहून खरं तर तो स्तिमितही झाला आणि म्हणूनच रस्त्याच्या त्या बाजूच्या तिच्या ऑफिसच्या जगाबद्दल जाणून घेण्याची उत्सुकता त्याच्या मनात निर्माण झाली.

तिच्याही मनात उत्सुकता होती. तिला जाणून घ्यायचं होतं की, त्या फिश! मार्केटमध्ये एवढ्या प्रचंड प्रमाणात सकारात्मक ऊर्जा कशी काय निर्माण होते. आपल्या कर्मचाऱ्यांकरिता उपयोगी पडतील असे काही धडे आपण त्या बाजारातून मिळवू शकू का असं तिच्या मनात आलं. दुसऱ्याला मदत करणं हा त्याचा सहजस्वभाव होता म्हणूनच तो तिच्या मदतीला पुढे झाला. शिवाय तिला पहिल्यांदा पाहिल्यापासून त्याच्या मनात तिच्याबद्दल विशेष आपुलकी निर्माण झाली होती हेदेखील तितकंच खरं. या पार्श्वभूमीवर त्याने तिला मदत करायची, फिश मार्केटच्या चलनवलनाची माहिती सांगायची तयारी दाखविली, यात नवल ते काय?

तिच्या उत्तम आकलनक्षमतेमुळे त्याने दिलेले धडे आत्मसात करायला तिला वेळ लागला नाही. तिच्यातील नेतृत्वगुण प्रकर्षाने सामोरे येऊ लागले. तिच्या हाताखालच्या कर्मचाऱ्यांनी तिचा कित्ता गिरवायला सुरुवात केली. ते सगळेच फिश मार्केटला वरचेवर भेट देऊ लागले, तिथल्या सकारात्मक ऊर्जेने प्रभावित होऊ लागले. त्यांच्यामार्फत ही ऊर्जा तिसऱ्या मजल्यावरच्या त्यांच्या ऑफिसपर्यंत पोहोचू लागली. त्यातून त्यांची कार्यशीलता वाढली आणि साऱ्या ऑफिसभर त्यांचं नाव होऊ लागलं.

त्या फिश मार्केटच्या माध्यमातून तिला आणि तिच्या टीमला आयुष्याचं मर्म नव्यानं उलगडलं. आपला विभाग त्यांनी त्याबरहुकूम बदलला; नव्याने घडविला. त्यांची प्रगती पाहून इतर विभागांतील लोकांना त्यांच्या विभागात बदली करून घ्यावीशी वाटू लागली. त्याकरिता जणू इतरांमध्ये अहमहमिका लागली. खरं तर काम तेच होतं, तसंच होतं; परंतु काम करण्याची पद्धत मात्र आमूलाग्र बदलली होती. शिवाय ही पद्धत त्यांनी आपणहून स्वीकारली होती. म्हणूनच तिचं महत्त्व आणि त्यायोगे मिळणारं यश अधिक प्रभावशाली होतं. एक समूह म्हणून, एक टीम म्हणून घडताना त्यांनी स्वत:ची सुंदर वैशिष्ट्यपूर्ण कार्यप्रणाली अस्तित्वात आणली. ज्यायोगे त्यांच्या अंतर्गत आणि बाहेरच्या ग्राहकांना अधिक काटेकोर व परिपूर्ण सेवा मिळणं सहज शक्य झालं.

अर्थात आता बराच काळ लोटला. त्यानंतर तिने त्याच्याशी लग्न

केलं. पुन्हा एकदा तिला प्रमोशन मिळालं आणि पुन्हा एकदा ती कामाच्या आणि पर्यायाने आयुष्याच्या गदारोळात भिरकावली गेली.

माझं आयुष्य इतकं कधी बदललं?

लोनी आणि मेरी जेन यांनी लग्न केलं आणि ते सुखात राहू लागले... लहानपणापासून ऐकत आलेल्या गोष्टींसारखा याही गोष्टीचा सुखान्त व्हायला हवा होता, नाही का? परंतु प्रत्यक्षात तसं घडतं का?

त्यांच्या लग्नानंतर चार वर्षे लोटली.

एका सकाळी मेरी जेन रामिरेझ घराची स्वच्छता करीत होती. खालच्या हॉलमध्ये 'फायर प्लेस' होती. तिच्यावर काही फोटो ठेवले होते. ते सगळेच फोटो त्यांच्या लग्नाचे होते. स्वाभाविक कुतूहलाने ती ते फोटो निरखू लागली; जणू नव्यानेच पाहात होती. लग्नाला हजेरी लावलेल्या लोकांमध्ये तिच्या ऑफिसचा स्टाफ तर होताच, शिवाय फिश मार्केटचे अनेक सदस्यदेखील होते. अर्थात चर्चची पार्श्वभूमी होतीच. तिला हा एक फोटो विशेष आवडत असे. फोटो बघता बघता तिने सहजच खिडकीच्या बाहेर नजर टाकली. लख्ख प्रकाश पसरलेला तिला जाणवला. तिच्या मनात विचार आला की, *'आपल्या आयुष्यातील हे सगळेच क्षण किती सौख्याचे आहेत. अर्थात, जे या घरात राहाताहेत त्यांनाच त्यातलं सौख्य जाणवेल आणि बाहेरच्यांना ते जाणवलं तर कोणी सांगावं, ते सगळेच या घरात राहायला, या आनंदात सहभागी व्हायला आपणहून गर्दी करतील.'*

याच विचारांच्या नादात ती वरच्या मजल्यावरच्या, खरं तर पोटमाळ्याच्या, आपल्या ऑफिसमध्ये येऊन पोहोचली. इथून तिला तिच्या शहराचं विहंगम दृश्य नजरेला पडलं. टोलेजंग इमारतींनी व्यापलेलं शहर. त्या सर्वांच्या पार्श्वभूमीवर 'स्पेस निड्ल'ची इमारत चित्तवेधक दिसत होती. तिच्याच जोडीला 'पगेट साऊंड'ची इमारतदेखील झळकत होती. खरं तर तिच्या या ऑफिसच्या कोणत्याही खिडकीतून बाहेर नजर टाकली तरी अप्रतिम नजारा दिसत असे. खोलीच्या साऱ्या भिंतींवर तिच्या कुटुंबाचे फोटो अडकवलेले होते. लोनीबरोबरच्या नवीन आयुष्याची क्षणोक्षणी साक्ष देणारी ती खोली तिची सगळ्यात

आवडती जागा होती. आज तिला प्रकर्षाने जाणवलं की, तिथे लावलेले सगळे फोटो हे त्या दोघांच्या लग्नानंतरच्या पहिल्या दोन वर्षांतले आहेत. नंतरच्या दोन वर्षांच्या आठवणींचे साक्षीदार कुठेच दिसत नव्हते. असं का बरं व्हावं?

त्या खोलीला चार खिडक्या होत्या. अगदी व्हिक्टोरियन काळाची आठवण करून देणाऱ्या. प्रत्येक खिडकीच्या बाजूला एक डेस्क-बेंच ठेवलेला होता. त्यांच्या लग्नानंतरच्या काळात ते चौघेजण संध्याकाळी तिथेच रमायचे. ब्रॅड आणि सारा आपल्या शाळेचा अभ्यास करायचे. लोनी काहीतरी वाचत बसायचा आणि ती आपल्या रोजच्या कामकाजाचा– काय सुटलं, काय राहिलं याचा आढावा घ्यायची; नोंदी करायची. खरं तर लग्नानंतरचे पहिले काही दिवस, संध्याकाळची ही वेळ तिने फक्त आपल्या कुटुंबासाठीच राखून ठेवली होती. तरीसुद्धा अनेकदा तिला आपलं ऑफिसचं काम करावंच लागे. तिच्या या कामामुळे इतर तिघांनी कधीच तक्रार केली नाही. म्हणूनच तिला त्यांच्याबद्दल आदरदेखील होता. तिच्या पहिल्या लग्नापासूनची तिची दोन मुलं, तिचा दुसरा नवरा आणि तिच्या ऑफिसचं काम या सगळ्यांमध्ये समान धागा होता– तो म्हणजे तिच्या असण्याचा!

अचानक मेरी जेनला थोडंसं अस्वस्थ वाटू लागलं. आपल्याला गरगरतंय हे लक्षात येऊन ती पटकन आपल्या डेस्कपाशी येऊन बसली. ती खोली आणि तिथे लावलेले सर्व फोटो यामुळे तिच्या मनातली कुठलीतरी तार नकळत छेडली गेली होती.

"खरं तर दुसऱ्यांदा सहजीवन स्वीकारताना, माझ्या मनात काही स्वप्नं होती. ती स्वप्नं अशी बाजूलाच कशी राहिली? आयुष्याच्या या वेगवान प्रवाहात मी अशी कशी ओढली गेले? काही करू म्हणावं तर माझ्या हातात काहीच उरलेलं नाही. लोनी आणि मी लग्नाच्या आधी भेटत असू, तेव्हा आमच्यातील भावबंध किती तरल होते! लग्नानंतर देखील या तरलतेची अनुभूती येत होती; परंतु आताशा ती तरलता कुठेतरी हरवल्यागत झाली आहे."

तिने आपल्या डेस्ककडे नजर टाकली. टेबल कॅलेंडरच्या आडून कागदांचा एक विस्कळीत गठ्ठा डोकावत होता, जणू तिला खुणावत होता– ते कागद कशासंबंधित आहेत? तिला लख्खकन् आठवलं,

तिच्या कामाच्या ठिकाणी जेव्हा जेव्हा तिला अतिशय अडचणी आल्या होत्या, तेव्हा तेव्हा तिने त्या कागदांवर काही नोंदी करून ठेवलेल्या होत्या. कामाच्या जागी आलेल्या अडचणींचं निवारण झालं तरी त्यावेळची आठवण या कागदांमुळे जागी होत असे.

खरं तर ते कागद आता चुरगाळले गेले होते. कुठे कुठे तर कॉफीचे ठप्पे दिसत होते. त्या काळात ती फिश मार्केटला वरचेवर भेट देत असे. या प्रत्येक भेटीत आपल्याला काय जाणवतंय, काय वाटतंय हे ती लिहून काढत असे. त्यानंतर या लिखाणाचा पुन:पुन्हा विचार करून ती आपले विचार वेगवेगळ्या पद्धतीने लिहून काढत असे. याच्यातूनच तिनं तिचं स्वत:चं छोटंसं पुस्तक तयार केलं. आपल्या कंपनीत वावरताना, काम करताना तिला या पुस्तकाची फार मदत होत असे. ते पुस्तक, तिचं ते जर्नल, खऱ्या अर्थाने तिचा 'मित्र, मार्गदर्शक आणि तत्त्वज्ञ' होतं. तिचं मन पुन्हा भूतकाळात हरवलं. *"खरंच मी पहिल्यांदा फिश मार्केटमध्ये गेले तेव्हा प्रचंड गुंत्याची उकल करणं मला शक्य नव्हतं; परंतु अल्पावधीतच किती काही घडून गेलं, नाही?"*

तिने ते सगळे कागद हळूच बाहेर काढले आणि वाचण्यासाठी सरसावून बसली. *'अरेरे, काय ही या कागदांची दशा! हे सगळं नीट लिहून ठेवायला हवं. यावेळेस मात्र मी हे सगळं माझ्या 'जर्नल'मध्ये लिहिते. बाकी काही म्हणा, आपल्याला कागद आणि पेन यांचं वेडच आहे.'* तिच्या डेस्कच्या सगळयात खालच्या खणात तिच्या सगळ्या वस्तू नीट ठेवलेल्या होत्या. त्याच्यामधेच रंगीत पेन्सचा सेट होता. त्याच्याखाली 'लव्हेंजर्स'च्या पॅकिंगमध्ये कागदांची चळत होती. हे पंच केलेले कागद ती फक्त जर्नलकरिता वापरत असे. तिने त्यातून पाच-सहा कागद बाहेर काढले. *'एखादा गीतकार पार्चमेंट पेपरचा वापर करील'*. तिच्या मनात विचार डोकावला. *आपल्या या सगळ्या नोंदी खूप महत्त्वाच्या आहेत* याची तिला जाणीव होती आणि म्हणूनच त्या सगळ्यांचं व्यवस्थित वर्गीकरण करून ठेवलं पाहिजे हे तिला जाणवलं.

आता तिने काही नोंदी नव्याने करायला सुरुवात केली. असं लिहीत असताना विचार करायची तिला सवय होती. यातूनच तिला प्रत्येक गोष्टीचा अर्थ नव्याने उमगत असे. कारण प्रत्येक वेळी तिच्या विचारांना तिला नव्याने मिळालेल्या अनुभवांची जोड लाभत असे.

लिहिणं, आढावा घेणं आणि जाणून घेणं या त्रिसूत्रीचं रूप फिश! फिलॉसॉफी' बनून समोर आलं होतं. तिला तिथे मिळालेल्या एका 'पोस्ट इट' नोटवर लिहिलं होतं 'नैसर्गिक ऊर्जा'. फिश! फिलॉसॉफीच्या आधीच्या आवृत्तीवर ही नोट चिकटवलेली होती. *'ही नोट मी इथे का बरं चिकटवली होती?'* असा विचार तिच्या मनात आला खरा; परंतु तो तिने तात्पुरता बाजूला सारला.

फिश! फिलॉसॉफी

अनुभवाच्या शहाणपणावर आधारित असलेली फिश! फिलॉसॉफी खरं तर जीवनाची एक बाजू आहे. पाईक प्लेस फिश मार्केटमध्ये ती ठळकपणे दिसून येते. तिथल्या दिवसभराच्या व्यवहारांमध्ये ती जाणवल्याशिवाय राहात नाही. बारा हजार स्क्वेअर फुटांमध्ये सामावलेलं हे फिश मार्केट बारा व्यापारी मिळून चालवितात. ठोक बाजाराची ही जागा एका विलक्षण ऊर्जेने सळसळत असते. या ऊर्जेतूनच आकाराला येते– फिश! फिलॉसॉफी. प्रचंड खडकाच्या बाह्यरंगावरून त्याच्या अंतरंगाची कल्पना येते ना, तसंच काहीसं इथे होतं. तिथे टाकलेली एक नजरदेखील तिथल्या शहाणपणाची, चतुराईची झलक दाखविण्यास पुरेशी होती.

तिथे फिश मार्केट प्रस्थापित झाल्यावर ही चतुराई विकसित झाली असं म्हणणं चुकीचं ठरेल. खरं तर मानवजातीच्या निर्मितीपासून, म्हणजे उत्क्रांतीवादानंतर, मानवाने ताठ उभं राहून पहिलं पाऊल टाकलं ना, तिथपासूनच या शहाणपणाला, चतुराईला सुरुवात झाली होती.

इथले व्यापारी आपल्या रोजच्या रहाटगाडग्याला वेगळं रूप देऊ पाहात होते. आपली ग्राहक सेवा उत्कृष्ट आणि त्याचवेळेस प्रभावी व्हावी याकरिता त्या मासे व्यापाऱ्यांनी स्वत:ची खास 'स्टाईल' निर्माण केली आणि त्यातूनच फिश! फिलॉसॉफी' आकाराला आली. काम करताना कुठलाही ताण न घेता हसत-खेळत कामाचा आनंद लुटणं, आपल्या तत्पर सेवेतून समोरच्या

ग्राहकाला समाधान देणं, त्यांच्याकडे लक्ष देणं आणि आपली वागण्या-बोलण्याची पद्धत, वागणूक सुखकर वाटेल अशी ठेवणं या साऱ्यांमुळे आपलं हे फिश मार्केट आपल्याला देखील हवंहवंसं वाटत आहे हे सत्य त्या व्यापाऱ्यांना उमगलं होतं. चैतन्यपूर्ण सहभाग, सौख्याची अनुभूती, तन्मयता आणि मनोवृत्ती या चार वैशिष्ट्यांची कास धरली तर त्यातूनच सारं वातावरण भारलं जाईल हे त्यांना जाणवलं. शहाणपणाचे जुने बोल त्यांना अशा प्रकारे सापडले होते.

फिश! फिलॉसॉफीचे हे चार घटक कशा प्रकारे वापरले तर आपल्या मार्केटकरिता त्याचा अधिकाधिक फायदा होईल याचा त्यांनी विचार केला. आवश्यकतेनुसार बारीकसारीक बदल करून एक पद्धत विकसित केली; त्यामुळे त्यांच्या तिथल्या कर्मचाऱ्यांच्या वागणुकीमध्ये लक्षात येण्याजोगा बदल घडला. आपल्या कामाची दखल जागतिक स्तरावर घेतली जावी; अशी त्यांची आंतरिक इच्छा होती. त्या दृष्टीने त्यांची पावलं पडत होती आणि खरोखरच जागतिक स्तरावर त्यांच्या उत्कृष्ट सेवेची दखल घेतली गेली. आजमितीला जगभरातून आलेले पर्यटक या फिश मार्केटला भेट देतात ते केवळ तिथला व्यवहार कसा चालतो या उत्सुकतेपोटी. अर्थात तिथून जाताना रिकाम्या हाताने कोणीच जात नाही. काहीजण खूप सारी मासोळी विकत घेतात, तर काहीजण आपल्या 'स्क्रॅपबुक'करिता तिथले फोटो काढून नेतात. अर्थात याव्यतिरिक्त तिथे ऐकलेल्या गोष्टी आणि मनात कायम रुंजी घालणाऱ्या आठवणी असतात, त्या वेगळ्याच!

ही फिश! फिलॉसॉफी काय आहे ते समजून घेण्यासाठी लोनीनं मला मदत केली. त्यानंतर मी 'फर्स्ट गॅरंटी' या माझ्या कंपनीतील कर्मचाऱ्यांना ती समजावली. आमच्यातला बदल जाणवण्याइतका स्पष्ट आणि ठळक होता. म्हणूनच आमच्या कंपनीच्या इतर विभागांनी त्याची दखल घेतली. त्यातूनच त्यांनी त्यांचे आडाखे बांधले. 'फर्स्ट गॅरंटी'ने यशाची नवनवीन शिखरं गाठली आणि अर्थातच त्याची परिणती झाली ती इतर कंपन्यांमध्ये जाणीव निर्माण होण्यात! आमच्यासारख्या आर्थिक संस्थेला

मदत करणारी कार्यप्रणाली प्रत्येक प्रकारच्या संस्थेला उपयोगी पडेल याविषयी आता कुणाचेच दुमत नाही. खरं तर सगळ्यांच्या मनात फिश! फिलॉसॉफीबद्दल कुतूहल निर्माण झालं होतं, हेच खरं!

'नैसर्गिक ऊर्जा' याला उद्देशून ती नोंद आपण स्वत:साठी का केली याचा उलगडा मेरी जेनला झाला.

या सर्व संस्थांना त्वरित आणि ठळक बदल हवे होते. मात्र, म्हणून स्वत:च्या कार्यप्रणालीमध्ये त्यानुसार आमूलाग्र बदल करण्याची त्या सर्व संस्थांची तयारी होती असं नाही. तेव्हा मला जाणवलं की, 'नैसर्गिक ऊर्जा' अस्तित्वात असेल तर आणि तरच फिश! प्रभावी ठरते. तुम्ही तुमच्या सहकाऱ्यांना फिश! फिलॉसॉफी शोधायला आणि आत्मसात करायला मदत करू शकता; परंतु ती आचरणात आणायला उद्युक्त करू शकत नाही. तुम्ही फिश! अवलंबू शकता; परंतु ती दुसऱ्यानेदेखील अवलंबावी अशी जबरदस्ती करू शकत नाही. या प्रकल्पामध्ये भाग घेणाऱ्या सगळ्यांनी काया, वाचा, मने ती अंगीकारली तरच ती यशस्वी होते आणि याकरिता अत्यावश्यक आहे 'नैसर्गिक ऊर्जा', जी अंत:प्रेरणेमुळे प्रकट होते.

आपल्या सगळ्यांच्या जीवनात असे अनेकानेक प्रकल्प येऊन गेलेले असतात; त्यामुळेच समोरची व्यक्ती आपल्याला एखादी विशिष्ट कृती करण्यासाठी भरीस पाडते आहे अशी नुसती शंका आली तरी आपण मनाची कवाडं खाडकन् बंद करतो. डोळ्यांवर झापड ओढतो. आपल्याला अपेक्षा असते ती केवळ अनुमोदनाची; ढवळाढवळीची नाही.

आणि म्हणूनच फिश! आचरणात आणा, असं तुम्ही लोकांना सांगू शकत नाही. मात्र, तुम्ही स्वत: वैयक्तिक पातळीवर फिश!चा संपूर्ण स्वीकार करून, अंगीकार करून ती आचरणात आणू शकता, त्यायोगे इतरांना प्रेरणा देऊ शकता; त्याबद्दल चर्चा करू शकता आणि सर्वांत महत्त्वाचं म्हणजे त्या वाटेनं

मार्गक्रमण करू शकता. कदाचित हे सगळं करीत असताना तुमच्या सहनशीलतेची कसोटी लागू शकते. तरी हेही तितकंच खरं आहे की, प्रत्येकालाच आहे त्याहून अधिक संपन्न जीवन जगण्याची आस असते. म्हणूनच फिश!च्या उपयुक्ततेची, विश्वसनीयतेची खात्री पटली की, आपसूकच सगळ्यांचे पाय या वाटेकडे वळतील हे निश्चित आहे. हा प्रवास 'नैसर्गिक ऊर्जे'नं भारलेला असेल, यात शंकाच नाही.

फिश! फिलॉसॉफीचा पहिला घटक म्हणजे 'चैतन्यपूर्ण सहभाग' किंवा 'हसत-खेळत.' मेरीने या विषयावरच्या स्वत:च्या नोंदी नव्याने लिहायला घेतल्या. लिहीत असताना सहजच तिची नजर कॅलेंडरकडे गेली. वेगवेगळ्या रंगांनी ते कॅलेंडर खुललं होतं. या रंगसंगतीचं तिला कौतुक वाटलं.

ही 'रंगसंगती' तिची स्वत:ची खास शैली होती. आपल्या जीवनातल्या वेगवेगळ्या घडामोडींसाठी तिने वेगवेगळे रंग निश्चित केले होते; त्यामुळे त्या रंगीत कॅलेंडरकडे एक दृष्टिक्षेप टाकला तरी कुठे, काय आणि किती लक्ष घालायला हवं हे तिला क्षणार्धात उमगत असे. आयुष्याची 'श्री-शिल्लक' कळून घेण्याचा तो तिचा वैयक्तिक मार्ग होता. आपल्या कार्यालयीन कामकाजाकरिता तिने हिरवा रंग निश्चित केला होता तर सामाजिक बांधिलकी निळ्या रंगाने दर्शविली होती. स्वत:चं कुटुंब, लग्न किंवा तत्सम कार्यक्रमांसाठी पिवळा रंग होता, तर स्वत:साठी आणि मित्र-मैत्रिणींकरिता केशरी रंगाची योजना केली. आता या क्षणी कॅलेंडरकडे पाहाताना मेरीच्या लक्षात आलं की, कुठेकुठे निळा रंग दिसतो आहे; मात्र जवळजवळ सगळं कॅलेंडर हिरव्या रंगानेच व्यापलेलं आहे.

या हिरव्या आणि निळ्या रंगांच्या भाऊगर्दीत मी स्वत:साठी, लोनीसाठी, माझ्या मुलांसाठी आणि हो, माझ्या सुहृदांसाठी काही वेळ ठेवला आहे का? हे कबूल करायलाच हवं की, कामाच्या ठिकाणी सारं काही आलबेल आहे; पण मला तेवढं पुरेसं आहे का? आयुष्याची नव्याने सुरुवात करताना, त्या दिवशी त्या माशाच्या तोंडामध्ये असलेल्या

त्या अंगठीचा स्वीकार करताना मी हे एवढंच आणि असंच अपेक्षिलं होतं का? आजही माझं लोनीवर तितकंच प्रेम आहे. माझ्या मुलांना त्याने ज्या पद्धतीने आपलंसं केलं आहे, त्यामुळे तर मी निर्घोर झाले आहे; पण मग या एकत्र असण्यामधला 'निखळ आनंद' कुठे नाहीसा झाला? स्वत:ला वेळ देऊन जिममध्ये जाऊन व्यायाम करणं, मित्र-मैत्रिणींबरोबर धम्माल करणं, एखादं पुस्तक वाचणं... हे सगळं तर जवळजवळ थांबलंच आहे.

तेवढ्यात त्या कॅलेंडरवरच्या एका पिवळ्या खुणेकडे तिचं लक्ष गेलं. अरे, ही तर आजचीच तारीख आहे. तिला एकदम जाणीव झाली. देवा! अशी कशी विसरले मी? आज लोनीचा फिश मार्केटमधला शेवटचा दिवस आहे. आजतर आपण तिथे जायलाच हवं आहे.

लोनीचा फिश मार्केटमधील शेवटचा दिवस

मेरी जेनने आपली गाडी काढली आणि 'क्वीन ॲन हिल'कडे वळवली. फिश मार्केटच्या जवळ तिने गाडी उभी केली. तिथून 'पाईक प्लेस' साधारण चार ब्लॉकच्या अंतरावर होतं. ती तिथे पोहोचली आणि तिथले परिचित आवाज तिला जाणवले.

आधी तिला वुल्फचा आवाज ऐकू आला. 'एक देखणा साल्मन, उडत पोहोचला स्टॉकहोम' गेयता साधत त्याने आपल्या हातातील कॉपर-रिव्हर जातीचा सुंदर, देखणा साल्मन मासा काऊंटरच्या पलीकडे असणाऱ्या जोडप्याकडे अचूक भिरकावला. त्यांनीही तो कुशलतेने झेलला. जागतिक प्रसिद्धी लाभलेल्या 'पाईक प्लेस फिश मार्केट'ला भेट द्यायला हे जोडपं खास स्वीडनहून आलं होतं. इथली गंमतजंमत पाहून, हसून हसून, त्यांच्या डोळ्यांत पाणी आलं.

आता सगळ्याच विक्रेत्यांनी वुल्फची री ओढली. 'एक देखणा साल्मन, उडत पोहोचला स्टॉकहोम'.

मेरी जेन मार्केटमध्ये शिरली. *'खरंच प्रत्येक दिवसागणिक ही जागा अधिकाधिक परिपूर्ण होत चालली आहे'* असा विचार तिच्या मनात आला. *आता या लोनीला कुठे शोधावं बरं?*

'हा बोर्ड पाहा, कसा उडतोय अहा!' तेवढ्यात एकाने उच्च स्वरात

आवाज दिला आणि त्याचवेळी आपल्या हातातला क्लिपबोर्ड काऊंटरकडे भिरकावला. 'हा बोर्ड पाहा, कसा उडतोय अहा!' साऱ्यांनीच त्या आवाजात आवाज मिळवले. 'मिले सूर मेरा तुम्हारा' या धर्तीवर. बाजूलाच एका काऊंटरवर एक मोठा मंकफिश होता. त्याच्या तोंडाची उघडझाप होत होती आणि ती पाहायला मुलांनी गर्दी केली होती. अर्थात ही एका उंच व्यापाऱ्याची कमाल होती. त्याला सगळेजण 'इन्सेक्ट' या नावाने हाक मारीत.

'ए राणी, मी कसा दिसतो?' तेवढ्यात लोनीचा आवाज आला.

मेरी जेनने आपल्या नवऱ्याकडे एक नजर टाकली; मात्र ती अवाक्‌च झाली. लोनीच्या डोक्यावर शार्क माशाच्या जुन्या आणि झिजलेल्या जबड्याचा मुकुट आणि अंगावर चमचमता जांभळा गाऊन होता. त्या गाऊनवर अनेक चिटोरे चिकटवलेले होते. प्रत्येकावर काहीतरी लिहिल्याचं दिसत होतं. त्यातले काही तिने वाचले.

"आज माझा शेवटचा दिवस आहे. तेव्हा धम्माल करूया."

"हसत-खेळत निरोप द्या."

"या मार्केटपासून आपण दूर जाणं एकवेळ शक्य आहे. पण आपल्या मनातील मार्केटचं स्थान मिटणं शक्य नाही."

"मासे पकडायला गेलो होतो."

"एक खेकडा वाकडा-तिकडा!"

"मज्जा करा."

"कोळंबी पाहायची आहे का?"

"जा, मासे पकडायला जा!"

"या हॅलीबट माशाकरिता गाणं म्हणू या!"

लोनीच्या गाऊनवरच्या अनेकानेक चिटोऱ्यांमुळे तो एखाद्या चालत्या-बोलत्या शब्दकोड्यासारखा दिसत होता. त्याच्या पायात खास मासेमारीचे बूट घातलेले होते. त्या बुटांवरही प्रत्येकाने आपल्या खेबड्या-मेबड्या अक्षरामध्ये काही ना काही खरडलं होतं. खास ग्रीस पेन्सिलनं!

"कसं काय चाललं आहे लोनी?"

लोनी भावविवश झाला होता. "खरं तर मी नशीबवान आहे, या

शेवटच्या दिवशीसुद्धा मी इतका व्यस्त आहे ना की, मला निरोपाचा विचार करायला वेळच मिळाला नाही. पण तरीही हा निरोप घेणं भयंकर कठीण आहे गं!''

''लोनी, तू जी नवीन वाट स्वीकारणार आहेस तिचा विचार कर. नर्सिंग स्कूलमध्ये प्रवेश घेणं ही तुझी उत्कट, आंतरिक इच्छा आहे, नाही का? शिवाय आपल्याला एकमेकांसाठी पुन्हा एकवार वेळ देता येईल.''

''खरंच मेरी, नर्सिंगचा कोर्स पूर्ण करणं मला खूप आवडेल. तशी माझी मनापासून इच्छा आहे.''

एवढं बोलून लोनीने तिच्या गालावर आपले ओठ हळुवारपणे टेकवले. वुल्फ टपूनच बसला होता. तो मोठ्यांदा हसला, ''ए तिकडे काय 'गुफ्तगू' चाललं आहे रे?''

हे शब्द ऐकून मेरीच्या गालावर लाली चढली. वुल्फकडे तिने एकदा हसरा कटाक्ष टाकला. किती खट्याळ आहे हा! तिच्या मनात विचार आला.

''राणी, मी जरा माझ्या काऊंटरकडे जातो. बघ ना केवढी गर्दी केली आहे ग्राहकांनी! मला कल्पनाच नव्हती की सगळे येतील म्हणून!''

''लोनी, *'सिॲटल टाइम्स'*नं तुझ्या निवृत्तीची बातमी छापली आहे ना! त्यामुळे तुझे इथले नेहमीचे ग्राहक तुला निरोप द्यायला आवर्जून आले आहेत.''

'सिॲटल टाइम्स'मध्ये त्या दिवशी फिश मार्केटबद्दल खास लेख छापून आला होता. हे फिश मार्केट आज आंतरराष्ट्रीय कीर्तीची बाजारपेठ झाल्याचा उल्लेख त्यात होता. शिवाय त्या मार्केटला स्थानिक ठेवा म्हणून नावाजलं गेलं होतं. या लेखाच्या पूर्वतयारीसाठी *टाइम्स*चा रिपोर्टर जेव्हा एका शनिवारी त्या मार्केटमध्ये आला होता, तेव्हा त्याने तब्बल तेवीस देशांतील ग्राहकांच्या मुलाखती घेतल्या होत्या. ही फक्त एका शनिवारची कथा. 'या मार्केटची माहिती तुम्हाला कुठून मिळाली?' आणि 'तुम्ही इथे का आलात?' हे दोनच प्रश्न त्याने त्या सर्वांना विचारले होते. उत्तरादाखल प्रत्येकाने जी विधानं केली होती त्याचा एकच सूर होता. तो म्हणजे केवळ बारा हजार चौरसफुटांत सामावलेल्या या 'पाईक प्लेस मार्केट'मध्ये प्रचंड आकर्षणक्षमता होती; त्यामुळेच

सगळेजण या मार्केटकडे आपोआप आकर्षित होत होते. 'कधीतरी भेट देण्याची जागा' या यादीमध्ये या फिश मार्केटला देशातील नागरिकांनी अग्रक्रम दिला होता.

"लोनी, मी रस्त्याच्या पलीकडच्या आपल्या नेहमीच्या हॉटेलमध्ये थांबते. कदाचित मी थोड्या वेळाकरिता ऑफिसमध्येसुद्धा डोकावेन. मुलं असायला हवी होती नाही का? पण खरं तर मलाही थोडा मोकळा वेळ हवाच होता. मी एखाद्या वेळेस माझ्या 'जर्नल'मध्ये भर घालीन म्हणते."

"चालेल! अगं, काहीजण इथून थोडे आधी रवाना होणार आहेत. 'हॉटेल ताकारा'मध्ये जाऊन पार्टीकरिता हॉल सजवायचा आहे ना! मला इथे किती वेळ लागेल हे मात्र सांगता नाही येणार. कदाचित दोन-चार तास लागू शकतात."

"काही हरकत नाही. मी तोवर झक्कासपैकी कॉफी पिते आणि जर्नलकडे लक्ष देते. तू तुझं काम चालू ठेव."

"चालेल." एवढं म्हणून लोनीनं पुन्हा एकदा तिच्या गालावर निरोपादाखल ओठ टेकविले आणि मग तो कामाकडे वळला. तिथल्या एका स्टॉलभोवती एक मोठं कुटुंब गोळा झालं होतं. लोनीने साधारण अडीचशे डॉलर्स किमतीचे मासे त्यांना विकले. अर्थात आधी ते मासे काऊंटरकडे रवाना झाले आणि मग त्या कुटुंबाबरोबर ओक्लाहोमा इथे पोहोचले. या देवाणघेवाणीत त्या कुटुंबाला खूपच मजा आली. त्यांचा दिवस सार्थकी लागला.

पाच वर्षांपूर्वी मेरी जेन पहिल्यांदा आपल्या दोन्ही मुलांना फिश मार्केटमध्ये घेऊन आली होती. त्यानंतर लोनीने तिला आणि मुलांना या हॉटेलमध्ये आणलं होतं. याच हॉटेलमध्ये लोनीने तिच्यासमोर अनोख्या रितीने वाङ्‌निश्चयाचा प्रस्ताव ठेवला होता. नंतरही ती दोघं बहुतकरून याच हॉटेलमध्ये भेटत. इथेच त्याने तिला फिश!च्या चार घटकांबद्दल माहिती दिली होती. तिचं मन भूतकाळात गेलं. फिश मार्केटच्या त्या पहिल्या भेटीनंतर ब्रॅडच्या बोलण्यात दुसरा कुठलाच विषय नव्हता. तो फक्त सहा वर्षांचा होता तेव्हा. पण फिश मार्केटने त्याला जणू झपाटून टाकलं होतं. खरंच आपल्या आयुष्यात लोनी आला हे ब्रॅडच्या दृष्टीने किती चांगलं झालं! त्याने लोनीला किती

पटकन स्वीकारलं! तो आसुसलेला होता अशा सोबतीसाठी.

मेरी जेन आणि लोनी यांच्या पहिल्या भेटीपासूनच दोघांच्या नात्याला कोमल धुमारे फुटू लागले असावेत; पण ती आपल्या ऑफिसच्या व्यापात आणि समस्यांमध्ये इतकी व्यस्त होती की, तिला त्या भावनांचं अस्तित्व लक्षात आलं नसावं.

आता ब्रॅड अकरा वर्षांचा आणि सारा सात वर्षांची झाली होती. तूर्तास ती दोघंही लॉस एंजेलिसला आजी-आजोबांकडे गेली होती. तिचा नवरा केन गेला तेव्हा ब्रॅड चार वर्षांचा होता. सारा तर वर्षाचीसुद्धा नव्हती. केनच्या आईवडिलांनी केनच्या माघारी त्या तिघांनाही भक्कम आधार दिला होता.

कॉफीचा आस्वाद घेत घेत तिचं विचारचक्र चालू होतं. आज लोनीचा या मार्केटमधला शेवटचा दिवस होता. गेल्या बारा वर्षांत लोनीनं स्वत:चं वेगळं स्थान निर्माण केलं होतं त्या जागेमध्ये.

लोनीला स्वत:चं शिक्षण अर्धवट सोडावं लागलं होतं; पण तरीही त्याने मोठ्या जिद्दीने GED (General Equivalency Diploma) पूर्ण केलं. यासाठी त्याला त्याच्या आजीची मदत झाली. तिनंच तर त्याला लहानाचा मोठा केला होता. तिची सदसद्विवेकबुद्धी सदैव जागृत असे. शिवाय 'पाईक प्लेस फिश'चा मालक जॅक यानेही लोनीला GED पूर्ण करताना साथ दिली. या यशामुळे लोनीचा विश्वास दुणावला आणि त्याने सिअॅटल टेक्निकल कॉलेजमध्ये प्रवेश घेतला. अर्थात आर्थिक आणि भावनिक पाठबळ द्यायला जॅक खंबीरपणे उभा राहिला. गेल्याच वर्षी लोनीने रात्रीच्या कॉलेजला जाऊन लायसेन्स्ड् प्रॅक्टिकल नर्स प्रोग्रॅम यशस्वीरित्या पूर्ण केला. शनिवार-रविवारची सुट्टी तो इंटर्नशिप करून सत्कारणी लावत असे. LPNची डिग्री हातात आल्यावर देखील त्याने फिश मार्केटमधला आपला व्यवसाय चालू ठेवला. आता प्रत्येक शनिवार-रविवारी तो काऊंटी जनरल हॉस्पिटलमध्ये जात असे. आपली इंटर्नशिप त्याने इथूनच पूर्ण केली होती.

– खरंच, आज हा पहिला शनिवार आहे, आपला गेल्या अनेक महिन्यांचा, काऊंटी हॉस्पिटलमध्ये सकाळी साडेसहापासून हजेरी लावण्याचा शिरस्ता मोडून त्याऐवजी लोनी पाईक प्लेस फिश मार्केटमध्ये हजर झाला आहे. या विचाराने मेरी जेन थोडीशी गंभीर झाली. या शिरस्त्यामध्ये

आता नक्कीच बदल होईल. लोनीने शनिवार-रविवारी काम करायला सुरुवात केल्यापासून आमच्या रोजच्या आयुष्याची लय बिघडलीच आहे. आता मात्र नक्कीच आम्हाला एकमेकांसाठी वेळ देता येईल पूर्वीसारखाच.

खरं म्हणजे आम्ही दोघांनी प्रत्येक निर्णय विचारपूर्वक घेतला आहे. त्याचाच एक भाग म्हणून मी कम्युनिटी सेंटरकरिता अनेक तास मोफत सेवा देत होते. कागदावर निर्णय मांडताना सर्व किती यथार्थ वाटत होतं; पण प्रत्यक्षात अंमलबजावणी करताना मात्र मनावर प्रचंड ताण येत गेला. चला, यापुढे हा ताण उरणार नाही, अशी आशा करायला हरकत नाही.

या सगळ्या विचारचक्रातून मोकळी होत ती खुर्चीत विसावली. तोच दुसऱ्या एका विचाराने तिच्या मनात प्रवेश केला. हा विचार फारसा सुखावह नव्हता. हल्ली तिचं व्यायामाचं प्रमाण जवळजवळ शून्यावर आलं होतं. भरीत भर म्हणजे खाण्या-पिण्याचे चोचले पुरवणं चाललं होतं. परिणाम अगदी ठळकरित्या दिसत होता. तिचं वजन साडेतीन वर्षांत पंधरा पौंडांनी वाढलं होतं. बापरे! विचारांनीच त्रास होतो. *'मी असं कसं काय वाढू दिलं वजन?'* अर्थातच तिला याची कारणं पक्की ठाऊक होती. केनच्या माघारी ती एकटी पडली होती. दोन मुलांची जबाबदारी तिच्यावर होती. बहुतेक शनिवार-रविवार घरातच असायचे ते तिघं. ना कुठे जाणं-येणं, ना काही बदल! तेच ते आयुष्य, त्याच त्या पद्धतीनं जगत होती ती! आयुष्यातला एकाकीपणा विसरायला मग तिने आपल्या कामामध्येच स्वत:ला गुंतवून घेतलं. तिच्याकडून असलेल्या अपेक्षांचं ओझं मात्र वाढतच गेलं. एका वेळी एकाच गोष्टीवर लक्ष केंद्रित करायच्या नादात ती आपल्या आवडत्या 'जिम'पासून कधी दूर झाली ते कळलंच नाही. कामाच्या रहाटगाडग्यात जिममध्ये जाणदेखील मोठ्ठं काम वाटू लागलं. शिवाय दिवसभराच्या व्यापानंतर आवर्जून व्यवस्थित जेवणं तिच्या जीवावरच यायचं. अनाहूतपणे ती 'सोय' पाहायला शिकली.

'माझं काम माझ्या जगण्यावरच घाला घालतंय. हे काम आणि माझं वाढतं वजन या दोघांना काबूत ठेवण्यासाठी मला काहीतरी करायलाच हवं.'

वुल्फशी अनोखा संवाद

“मेरी कुठे हरवली आहेस? ये जरा या जगामध्ये.”

मेरीने मान वर करून आवाजाच्या दिशेनं पाहिलं तर वुल्फ तिच्यासमोर उभा होता. “हॅलो वुल्फ, माझी तंद्री लागली होती का रे? बस ना.”

“मेरी जेन, आजचा दिवस खूपच कठीण आहे. लोनी जे काही करणार आहे ते उत्तम आहे, यात काही वादच नाही; पण तो इथून जाणार याचं मात्र खरोखरच वाईट वाटतं. त्याची इतकी सवय झाली आहे की, तो आता इथे नसेल ही कल्पनाच करवत नाही.”

स्वत:च्या भावना प्रकट करणं हा वुल्फचा पिंड नव्हता आणि म्हणूनच त्याने त्या इतक्या मोकळ्या मनाने व्यक्त केल्या याचं मेरीला नवलच वाटलं. तो दिलदार होता, नितळ मनाचा होता; पण तरीही तो थोडासा रासवट होता. “वुल्फ, माझी अवस्था पण अगदी तुझ्यासारखीच झाली आहे रे!”

वुल्फ तिच्यासमोरच्या खुर्चीवर बसला. तेवढ्यात मेरीला काहीतरी आठवलं. “वुल्फ, लोनी म्हणत होता की, तू आणि तुझ्या बायकोनं मूल दत्तक घ्यायचं ठरवलं आहे. कुठवर आलंय सगळं?” दत्तक मुलाच्या उल्लेखाने वुल्फचा चेहरा आनंदाने झळकला. “अगं मेरी, दोन दिवसांपूर्वीच आम्ही सगळे सोपस्कार पार पाडले आहेत. आमच्या दोघांच्याही आयुष्यातील ही सर्वांत आनंदाची घटना आहे. खरं तर चमत्कारच! लहान मूल म्हणजे खरोखरीच स्वर्गीय आनंद असतो, नाही का?”

“वुल्फ, तुमच्या दोघांचंही अगदी मनापासून अभिनंदन. का रे, दत्तक घेण्यामागे खूप अडचणी आहेत का? ‘चमत्कार’ वाटण्याजोगं काय आहे रे? हल्लीच माझ्या वाचण्यात आलं आहे की, काही आंतरराष्ट्रीय घडामोडींमुळे दत्तक घेणं जिकिरीचं झालं आहे.”

“त्याबाबत आम्ही नक्कीच नशीबवान आहोत; परंतु मूल होण्याची आशा आम्ही सोडली होती. त्या पार्श्वभूमीवर घरात बाळ येणार हा चमत्कारच नाही का?”

“वुल्फ, सॉरी हं! तुमच्या खासगी गोष्टींत मी असं नाक खुपसायला

नको होतं.''

''ए मेरी, तसं काही नाही. आता आमच्या दोघांतला ताणसुद्धा निवळला आहे आणि मुख्य म्हणजे तू माझ्या सर्वांत जवळच्या मित्राची बायको आहेस; त्यामुळे माझ्या संसारात आलेल्या या सुखाच्या क्षणांमध्ये तुला सहभागी केल्याने आमचा आनंद द्विगुणित झाला आहे. आमच्या छोट्याशा जस्टीनचे 'गॉडपॅरेन्ट्स' व्हायला तुला आणि लोनीला आवडेल ना?''

मेरीला सुखद आश्चर्याचा धक्का बसला. वुल्फची ओळख होऊन कितीतरी वर्षं झाली होती; पण आज पहिल्यांदाच तो तिच्याशी इतक्या मोकळेपणाने बोलत होता. मागे एक-दोन पार्टीजना ती वुल्फच्या बायकोला, रॉबर्टाला भेटली होती. उंच, सडसडीत रॉबर्टाची प्रथमदर्शनीच छाप पडत असे. ती वुल्फपेक्षा चांगली अर्धा फूट उंच होती.

''वुल्फ, तुझी आणि रॉबर्टाची तशीच इच्छा असेल तर मला आणि लोनीला 'गॉडपॅरेन्ट्स' व्हायला नक्कीच आवडेल.''

''तू आणि लोनीने ज्या पद्धतीने स्वत:ला घडवलं आहे, प्रस्थापित केलं आहे ते खूप लक्षणीय आहे. शिवाय हे करीत असताना तुम्ही आपल्या तत्त्वांशीदेखील नेहमीच प्रामाणिक राहिला आहात. जस्टीननेसुद्धा तुमच्याच सारखी तत्त्वं अंगीकारावीत असं आम्हा दोघांनाही वाटतं. म्हणूनच आम्ही दोघांनी एकमतानं तुम्हा दोघांची निवड केली आहे. बोलतबोलता त्यानं मेरीच्या चेहऱ्यावरची दु:खाची किंचितशी छटा टिपली. ''मेरी, काय झालं?''

''अरे, मी आज जरा आयुष्याचं गणित मांडत बसले होते. खरं तर मला माझीच दया येते आहे रे. मला वाटतं, आपल्या मागचे कामाचे व्याप थोडेसे कमी झाल्यावर हे असे विचार डोकं वर काढू लागतात की काय! मी आणि लोनी एकमेकांकरिता अनुरूप आहोत हे मला माहीत आहे; पण आम्हाला एकमेकांसाठी थोडाही वेळ काढता येत नसेल, तर त्या अनुरूपतेचा काय उपयोग? तूच सांग आता!''

''तुम्ही दोघंही सध्या अतिरेकी ताण घेत आहात, नाही का? लोनी कोणत्या परिस्थितीतून जातो आहे याची मला अगदी पुरेपूर जाणीव आहे. शिवाय तुलाही नुकतंच प्रमोशन मिळालं आहे. तू आता प्रसिद्धीच्या झोतात आली आहेस; त्यामुळे तुझी धावपळदेखील मी समजू शकतो.''

“कसली प्रसिद्धी घेऊन बसला आहेस!”

“सिॲटल चेंबर ऑफ कॉमर्समध्ये तुला भाषण द्यायला बोलावलं होतं ना? लोनीने सांगितलं मला ते!”

“अरे हो, पण त्यात काय एवढं मोठं?”

“माझ्याकरिता ही खूप मोठी गोष्ट आहे.”

आता आपण विषय बदललेला बरा, असं मेरी जेनच्या मनात आलं. शिवाय वुल्फच्या मगाच्या एका वाक्यामुळे तिची उत्सुकता चाळवली गेली होती. म्हणूनच ती म्हणाली, “वुल्फ, तुला थोडासा खासगी प्रश्न विचारू का रे?”

“खुश्शाल!”

“तू हे सगळं कसं साधलंस?”

“अगं, जसं तू 'फर्स्ट गॅरंटी'मध्ये साधलंस ना तसंच!”

“अरे पण तो तर एक व्यवसाय आहे. आपण लग्नाबद्दल बोलतो आहोत.”

वुल्फने फक्त एक हलकंसं स्मित केलं.

“तू फिश! फिलॉसॉफीच्या, तुमच्या फिश मार्केटच्या कल्पना घरीदेखील राबविल्यास की काय?” मेरीनं विचारलं.

पुन्हा एकदा वुल्फने हसून संमती दर्शविली.

“प्लीज वुल्फ, मला जरा सविस्तर सांग ना!”

पुन्हा एक होकारात्मक हास्य वुल्फच्या चेहऱ्यावर झळकलं.

“प्लीज.” वुल्फने याच्यावर काही उत्तर द्यायच्या आधीच मेरी जेनचा मोबाईल वाजला.

“बहुधा मुलं असावीत.”

यावर काही न बोलता 'सारं काही माहिती आहे तुला' असा काहीसा भाव चेहऱ्यावर ठेवून वुल्फ तडक मार्केटकडे निघाला.

गोंधळात गोंधळ

मेरी जेनच्या मोबाईल स्क्रीनवर तिच्या आईचं नाव दिसत होतं. तिने मोबाईल कानाला लावला आणि म्हणाली, “बोल आई.”

पण फोनवर आईऐवजी 'सिॲटल पोलीस विभागातून ऑफिसर

विल्यम्स बोलतो आहे' असं ऐकू आल्यावर ती जरा दचकलीच. "काळजी करू नका. तुमची आई अगदी सुरक्षित आहे. माझ्या समोरच बसली आहे. आम्ही दोघंही या क्षणी शेरेटॉन सिव्हिक सेंटरमध्ये आहोत. तुमची आई जरा भांबावली आहे; त्यामुळे या अवस्थेत त्यांनी ड्रायव्हिंग करणं योग्य नाही. तुमच्यापैकी कोणी त्यांना न्यायला आता इथे आलात तर फार बरं होईल."

"ऑफिसर, काही अपघात वगैरे तर..."

"नाही नाही, तसं काही झालं नाही; परंतु रस्त्यावर चुकीच्या बाजूने त्या गाडी चालवीत होत्या. वेळीच लक्षात आल्यामुळे आम्ही त्यांना थांबवलं. नाहीतर काही सांगता आलं नसतं. त्यांना तर तुमचा नंबरदेखील आठवत नव्हता; पण मोबाईलमध्ये स्पीड डायलवर पहिला नंबर तुमचाच होता, म्हणून तुमच्याशी संपर्क साधणं शक्य झालं."

दोन-तीन आठवड्यांपूर्वीच साराने आपल्या आजीच्या मोबाईलमध्ये मेरीचा नंबर स्पीड डायलला फीड केला होता. नाहीतर काय झालं असतं?

"ऑफिसर, मी माझी गाडी घरी ठेवून टॅक्सी करून तुमच्याकडे येते; पण मी जरा आईशी बोलू शकते का?"

"हो हो, का नाही! पण पुन्हा एकदा सांगावंसं वाटतं की, कोणत्याही परिस्थितीत त्यांनी आता स्वत: ड्रायव्हिंग करणं योग्य नाही."

"मेरी जेन, तू बोलते आहेस का?"

"हो आई, काळजी करू नकोस. मी लगेचच पोहोचते आहे."

"अगं, या रस्त्यांचा इतका गोंधळ आहे ना! आणि अलीकडेच त्यांनी जाण्या-येण्याच्या मार्गात बदल करून ठेवला आहे."

"आई, मी तिथे आले ना की मग आपण या विषयावर सविस्तरपणे बोलू. पण तू काही काळजी करू नकोस. मी लगेच येते आहे."

अक्षरश: धावतधावत मेरीने आपली गाडी गाठली. 'मी आईला आणायला जाते' हे लोनीला सांगायला देखील ती थांबली नाही. त्यानंतर साधारण दोनएक तासांनी ती आपल्या आईला घेऊन आईच्या घरी पोहोचली. तिची आई उपनगरातल्या घरात एकटीच राहात असे. ऑफिसर विल्यम्स खूपच छान वागला. त्याची स्वत:ची आई मेरी जेनच्या आईच्या वयाची होता; त्यामुळे त्या वयातील व्यक्तींच्या

समस्यांची त्याला पूर्ण जाणीव होती. म्हणूनच तो मेरीशी आणि तिच्या आईशी अतिशय सहानुभूतीपूर्वक वागला. अर्थात, यापुढे तिच्या आईने कोणत्याही परिस्थितीमध्ये ड्रायव्हिंग करून चालणार नव्हते हे मात्र नक्की! एकंदरीत परिस्थितीचा आढावा घेता मेरीचंही हेच मत झालं.

मेरी जेन आपल्या आईबरोबर तिच्या घरी आली.

"आई, आज लोनीचा फिश मार्केटमधला शेवटचा दिवस आहे. मला तिथे जाणं आवश्यक आहे. आता मला तुझी गाडी न्यावी लागेल कारण पोलिसांचा फोन आला, तेव्हा मी माझी गाडी माझ्या घरी ठेवली आणि टॅक्सीने तिथे तुला घ्यायला आले. तेव्हा आता मी तुझी गाडी घेऊन जाते. मग मी आले की आपण या विषयावर सविस्तर चर्चा करू."

"अगं, गाडीशिवाय मी तर अगदी पांगळी होईन गं! कुठेही जायचं असेल तर स्वत:च्या गाडीशिवाय सोईस्कर पर्याय तरी आहे का इथे?"

"आई, तुझं म्हणणं अगदी बरोबर आहे; पण शेवटी तुझ्या सुरक्षिततेचा प्रश्न आहे हे तू लक्षात घे. तुला काही त्रास झाला तर आम्हाला सहन नाही होणार गं! पण आता या क्षणी तरी मला जायलाच हवं आणि तुलाही विश्रांतीची गरज आहे, नाही का?"

"पण तू माझी गाडी परत कधी आणून देशील?" आपल्या आवडत्या खुर्चीत विसावत आईने विचारलं.

"आई, पुन्हा सांगते. तू गाडी चालवणं अजिबात योग्य नाही. आजचा हा ऑफिसर समजूतदार होता म्हणून बरं. नाहीतर काय झालं असतं, कोण जाणे! आपण या सगळ्यातून मार्ग काढू. मी आहे ना आई! तुझी काहीही गैरसोय होऊ देणार नाही बघ!"

"हे बघ, आज माझी काहीच चूक नव्हती हं! त्यांनी रस्त्यांमध्येच काहीतरी बदल करून ठेवला आहे आणि तू आता गाडी घेऊन जाणार म्हणतेस. मग किराणा आणणं, चर्चला जाणं, झालंच तर फोटोग्राफी क्लबमध्ये जाणं हे सगळं कसं करू मी? शिवाय तुला माझी गरज पडली तर पटकन तुझ्याकडे पोहोचण्याचा हाच एक मार्ग आहे माझ्याकडे."

"आई, खरंच माझ्यावर विश्वास ठेव. आपण सगळे मिळून याचा विचार करू म्हटलं ना! पण आता मात्र मी निघते. लोनीचा फिश मार्केटचा शेवटचा दिवस आहे ना!"

आपल्या आईचं लक्ष 'गाडी' या विषयावरून हटवण्यासाठी मेरीने तिला थोडा वेळ 'फिश मार्केट'मध्ये गुंतवलं.

''वा! फारच छान. तू निघ आता. मी पण थोडा वेळ विश्रांती घेते.''

''मी फोन करते आई. मग आपण सविस्तरपणे बोलू.''

पुन्हा फिश मार्केटकडे

मेरी जेन फिश मार्केटकडे निघाली. ती द्विधा मन:स्थितीत होती. खरं तर या क्षणाला तिच्या आईला तिची नितांत गरज होती; पण लोनी आतुरतेने वाट पाहात होता हेही तितकंच खरं. मनाच्या या दोलायमान अवस्थेत ती फिश मार्केटजवळ पोहोचली. गाडी लावायला मात्र तिला कुठेच जागा मिळेना. एकीकडे विचारचक्र चालूच होतं. 'सोमवारी कसं करणार आहोत आपण? ऑफिसमध्ये महत्त्वाची मिटिंग आहे. ती चुकवून चालणारच नाही'. आज काही केल्या तिला पार्किंगसाठी जागा मिळेना.

फिश मार्केटच्या कितीतरी पुढे गेल्यावर तिला पार्किंगकरिता जागा मिळाली. खरं तर ही काही गर्दीची वेळ नव्हतीच. मग आता फिश मार्केटमध्ये एवढी गर्दी कशामुळे झाली असेल हे तिला कळेना.

तिने आजूबाजूला नजर टाकली, तर सर्व खुर्च्या भरलेल्या होत्या. नाइलाजाने तिने पुन्हा एकदा कॉफी शॉपचा रस्ता पकडला आणि मघासारखीच एका खुर्चीवर बसली. एकवार फिश मार्केटकडे आणि रस्त्यावर नजर टाकून लोनी कुठे दिसतो आहे का याचा तिने अंदाज घेतला. तिच्या मनात विचार आला, 'लोनी काळजीत असेल का? अरे देवा, मघाशी ऑफिसरशी बोलताना मी मोबाईल 'सायलेंट मोड'वर टाकला होता. नेमका तेव्हाच लोनीने फोन तर नसेल ना केला?' पर्समधून मोबाईल काढून तिने पाहिले तर एकही मिस्ड कॉल नव्हता. सुटकेचा नि:श्वास टाकत तिने तो 'जनरल मोड'वर आणला.

स्वत:ला धीर देत, समजावत ती शांत झाली. मग तिने आपलं जर्नल बाहेर काढलं आणि तिच्या आवडत्या कवितेचं पान उघडलं. तिने स्वत:च्या आवडीच्या कवितांकरिता या जर्नलमध्ये स्वतंत्र विभागच केला होता. तिच्यासमोरच्या पानावरच्या कवितेचं नाव होतं 'गोजिरा

अंधार'. डेव्हिड व्हाईट या प्रसिद्ध कवीची कविता होती ती!

गोजिरा अंधार

"डोळे तुझे थकता, जगही भासे क्लांत,
दृष्टी तुझी हरवता, तू न गवसशी शोधू जाता
अंधारात जाण्याची वेळ आता झाली आहे.
निशेच्या नेत्रांना स्वत:ची तेवढी ओळख आहे.
तुझीही खात्री पटेल तिथेच
प्रेममय जग हे सारे इथेच.
अंधार बनून राहील तुझा गर्भाशय आज
अंधारच दावील तुला क्षितिजापलीकडचा साज
या क्षणी जाणून घे तू हे एक सत्य.
या विश्वातील तुझा संचार असावा मुक्त
इतर कुठल्याही जगाचा आता विचार नसावा
या जगात तुझे वास्तव्य, हेच जग तुझा विसावा.
एखादा क्षण असतो अनोखा
काळोख आजूबाजूचा आणि एकाकीपणाची भावना–
लख्खकन् जाणीव करून द्यायला
तुझ्या अस्तित्वाला फुलवायला जो नसेल समर्थ
तो अगदीच नगण्य
हा जाणून घे तू मथितार्थ!

'माझं आयुष्य माझ्यासाठी नगण्य आहे का? की मी ते तसं स्वत:च करून घेतलं आहे? लोनीच्या आयुष्यातला हा महत्त्वाचा निर्णय आहे आणि तो सर्वार्थानं योग्य आहे देखील मला कळतं आहे. मग मी आनंदाने फुलून का येत नाही? भरभरून जगावं असं मला का वाटत नाही?'

नवी वाट – लोनीच्या आयुष्यात

वॉशिंग्टनच्या 'स्टेट युनिव्हर्सिटी कॉलेज ऑफ नर्सिंग' येथे एका खास कोर्ससाठी लोनीची निवड झाली होती; त्यामुळे RNचा कोर्स पूर्ण करणं त्याला शक्य होणार होतं. शिवाय पार्ट-टाईम LPN म्हणून काम करताकरता तीन वर्षांमध्ये BSNची डिग्रीदेखील पदरात पाडून घेता येणार होती. छोट्या छोट्या टप्प्यांची मोठी मजल मारणार होता तो! त्या भागामध्ये रजिस्टर्ड नर्सेसची कमतरता मोठ्या प्रमाणावर जाणवत होती आणि म्हणूनच अधिकाधिक स्त्री-पुरुषांनी या प्रशिक्षणासाठी आपणहून पुढे यावे या दृष्टिकोनातून 'वॉशिंग्टन स्टेट प्रोग्रॅम' हा खास कोर्स तयार करण्यात आला होता. मुख्य भर होता तो विवाहित स्त्री-पुरुषांवर. अट होती आरोग्याबद्दलची कळकळ आणि सुविधा होती आपली नोकरी चालू ठेवून पार्ट-टाईम कोर्स पूर्ण करण्याची. शिवाय अगदी कमी व्याजदरामध्ये शैक्षणिक कर्जाची विशेष उपलब्धताही होती. अर्थात गरज भासल्यास!

मात्र लोनीला फिश मार्केट सोडावं लागणार होतं. मेरी जेनच्या मनात लोनीबद्दल आदर आणि कणव अशा संमिश्र भावना दाटून आल्या. त्याने जे मिळवलं त्याबद्दल आदर आणि त्याला आपल्या इतक्या वर्षांच्या व्यवसायाचा त्याग करावा लागणार म्हणून कणव. लोनीच्या तारुण्याचा बहुतांश काळ तो याच मार्केटमध्ये व्यवसाय करीत होता. जणू काही इथे त्याची नाळ जोडली गेली होती. त्याची हयात नसलेली आजी, फिश मार्केटमधला जॅक आणि इतर काही व्यावसायिक यांच्याव्यतिरिक्त लोनी ज्यांना आपलं म्हणू शकेल असं कोणीच नव्हतं. मेरी जेनला याची पूर्ण कल्पना होती. अर्थात आता मात्र हे चित्र बदललं होतं. लोनीला स्वत:चं कुटुंब मिळालं होतं.

मेरी जेनने मार्केटच्या दिशेने मान वळवली आणि तिच्या सराईत नजरेला जाणवलं की, मार्केटमध्ये आवरतं घ्यायला सुरुवात झाली आहे. गर्दी पण ओसरू लागली होती. सर्वच दुकानदार आवरताना दिसत होते. आता फार तर अर्धा तास. त्यानंतर सगळीकडे चकाचक दिसू लागेल. एवढ्या कमी वेळात ऑफिसमध्ये चक्कर टाकून येणं केवळ अशक्य आहे हे लक्षात येऊन ती जिथे होती तिथेच बसून राहिली.

दुपारची उन्हं आता उतरणीला लागली होती. लांबलेल्या सावल्यांवरून ते सहजच लक्षात येत होतं. मेरी जेन अगदी स्वस्थ बसली, मनावर कुठलाही ताण न घेता, मनात येईल तो विचार तटस्थपणे बघत, अगदी शांतपणे. दिवस संपतासंपता समोरच्या फिश मार्केटमधली एरवीची लगबग, धांदलदेखील मंदावू लागली होती.

मेरी जेनच्या मनात पुन्हा एकदा आईचे विचार रुंजी घालू लागले. खरंच काय बरं करता येईल? तिने यापुढे गाडी चालवणं योग्य नाही. आमच्या घरामध्ये तिच्यासाठी एक खोली आहेच. त्यात काही प्रश्नच नाही; परंतु तिची तयारीच नाही आमच्याबरोबर राहायची. मुख्य म्हणजे आमच्यावर भारभूत होऊन राहू, असं तिला वाटत. पण तसा विचार केला तर बिनागाडीची ती परावलंबीच नाही का होणार? मला एरवीदेखील तिची काळजी वाटते. कित्येकदा तर ती स्वत:च्या ब्लडप्रेशरच्या गोळ्या घ्यायलसुद्धा विसरते.

आयुष्याचा प्रवाह कुठे कोणासाठी थांबतो का? लोनीचं काय? फिश मार्केटचं काम बंद करून तो रोज कॉलेजला जाणार. म्हणजेच आता शनिवार-रविवार तो मोकळा असणार! पूर्वीसारखं पुन्हा सगळं सुरू करता येईल का? विक-एंड्सचा आनंद तसाच लुटता येईल का?

आता तिच्या विचारांत अजून एक भर पडली. वुल्फबरोबर आपण काय बोललो बरं? त्याला किती काळ लोटला आहे असं वाटतंय, नाही? छे, जेमतेम दोन-चार तास झाले असतील-नसतील. फिश! फिलॉसॉफी! हं! पण मी तर केवळ माझ्या कार्यालयीन कामापुरतीच ती मर्यादित ठेवली, नाही का? कदाचित शहाणपणा आणि चतुराई यांना स्थळ-काळाची बंधनं नसावीत. हं, असंच असेल.

तेवढ्यात तिची नजर समोरच्या रस्त्याकडे गेली. त्या मार्केटचा मालक जॅक आणि लोनी दोघंही तिच्याच दिशेनं येत होते.

"हाय, मेरी जेन! आजचा दिवस अगदी अप्रतिम होता. रात्री तर आणखी मज्जा येणार आहे. अर्थात तरीही पुढच्याच्या पुढच्या शनिवारची सर या कश्शालाच नसेल याची मला खात्री आहे. तू लोनीला त्याबद्दल काही सांगितलं तर नाहीस ना?"

"छे, त्याला थांगपत्ता लागू दिला नाही!" मेरी जेनचा चेहरा आनंदाने ओसंडून वाहात होता.

"ए, काय चाललंय काय तुमचं? माझ्या माघारी कोणती कट-कारस्थानं शिजवली आहेत? हे असं मला अंधारात ठेवणं बरं नाही हं," लोनीने आपली प्रतिक्रिया नोंदविली.

'साधारण दोन आठवड्यांनंतर तू मोकळा असशील,' असं मेरी जेनने सांगितल्यावरून आम्ही तुला आणखी एक दणदणीत पार्टी द्यायचं ठरवलं आहे. आपल्याला येणारं हसू कसंबसं दाबत जॅक पुढे म्हणाला, "खरं तर त्या दिवशी आम्ही तू वापरत असलेल्या एप्रनला 'मानाचा मुजरा' करणार आहोत."

"हे काय प्रकरण आहे?"

"अरे लोनी, तुझ्या एप्रनला 'मानाचा मुजरा'! आपल्या मुख्य काऊंटरच्या मागच्या भिंतीवर आम्ही एक खास जागा राखून ठेवली आहे. तिथे तुझा एप्रन मोठ्या दिमाखात झळकेल बघ! फुटबॉल, बेसबॉल या खेळांमध्ये वापरल्या गेलेल्या वस्तू नाही का शोकेसमध्ये ठेवल्या जात? तसंच आम्हीसुद्धा करणार आहोत. आजपर्यंत अनेक दिग्गजांनी वापरलेल्या वस्तूंना हा मान मिळाला आहे आणि आता लोनी महाराज, तुमचा नंबर आहे बरं का! जगप्रसिद्ध 'पाईक प्लेस फिश मार्केट'च्या व्यापाऱ्यांना प्रेरणा देण्यासाठी प्रथमच आरूढ होत आहे एक एप्रन 'वॉल ऑफ फेम'वर." जॅकने नाटकी थाटात आपलं मनोगत व्यक्त केलं.

लोनीच्या अंगात मुळीच त्राण उरलं नव्हतं; म्हणून काही न बोलता त्याने या प्रस्तावाला मान्यता दर्शविली.

"चल मेरी जेन, मी आता निघतो. घरी गेल्यावर बायकोबरोबर पुन्हा बाहेर पडायचं आहे आणि तसंही तुम्हाला दोघांना मोकळा वेळ हवाच ना थोडासा! लोनीला तुला काहीतरी खास बातमी द्यायची आहे."

वाट घराची, झंझावाताची!

हातात हात गुंफून मेरी जेन आणि लोनी रमतगमत निघाले. गाडी बरीच दूर लावली होती. तिथे पोहोचेपर्यंत विंडो शॉपिंगचा आनंद लुटत दिवसभरात फिश मार्केटमधल्या गमतीजमती सांगत, ऐकत दोघं चालत होते. लोनी उत्साहाने सळसळत होता. आपल्या इतक्या वर्षांच्या नियमित ग्राहकांबरोबरचे संवाद तो तिला ऐकवीत होता. तिच्या आईची

गाडी पाहून त्याला जरा नवलच वाटलं; पण त्याबद्दल चकार अक्षरही न उच्चारता तो गाडीत बसला.

अगदी जवळच असलेल्या क्वीन ॲन हिलला पोहोचण्यासाठी 'फोर्थ ॲव्हेन्यू'वरून मेरीने गाडी वळवली. तेवढ्यात लोनी म्हणाला, "या पार्किंगपर्यंत पोहोचायला जेवढा वेळ लागला ना त्याच्यापेक्षा निम्म्या वेळात आपण चालत घरी पोहोचलो असतो."

त्याचं हे वाक्य कानावर पडलं, मात्र मेरी जेनने ओक्साबोक्शी रडायला सुरुवात केली. इतकी की, गाडी चालवणं कठीण झाल्यामुळे तिने गाडी कशीबशी एका बाजूला उभी केली. अचानक तिला इतकं रडताना पाहून लोनी अवाक् झाला. त्याला काहीच कळेना आणि सुचेना.

लग्नानंतरच्या या तीन वर्षांत लोनीला हे नक्कीच समजलं होतं की, आपल्या पार्टनरला थोडा वेळ देणं आवश्यक असतं. घाई-घाई करून काही साधत नसतं. पण आताची गोष्ट वेगळी होती. घरी जाऊन जेमतेम कपडे बदलून फ्रेश होण्याइतकाच अवधी त्यांच्याकडे होता. ताकारा रेस्टॉरंटमध्ये वेळेवर पोहोचणं अत्यावश्यक होतं ते राहिलं बाजूलाच. ही तर इथे गाडी थांबवून रडत बसली आहे. लोनीवर वेळेवर पोहोचण्याचं दडपण आलं होतं. शिवाय दिवसभर तो खूप शिणला होता. म्हणून तो तिला म्हणाला, "मेरी जेन, नक्कीच काहीतरी बिनसलं आहे, मी आहेच तुझ्याबरोबर. पण आता आपल्या हातात फक्त अर्धा तास आहे. हॉटेलमध्ये पोहोचायला उशीर नको व्हायला."

लोनी काय बोलतोय हे ऐकून मेरी जेनला धक्काच बसला. तिने आपले डोळे कोरडे केले आणि अगदी थंड स्वरात उत्तर दिलं, "तू एकटाही जाऊ शकतोस. तसंही तुझ्या आयुष्यात माझ्याकरिता काही वेळ उरल्याचं दिसत नाही. तुला हे तरी जाणवलं का, की मी आता चालवते आहे ती गाडी माझी नाही, तर माझ्या आईची आहे. का तू स्वत:च्या कोषात इतका गुरफटला आहेस, की तुला हेदेखील कळलं नाही? शंभर ठिकाणी भेट देतादेता तुझ्या मनातून माझे विचारसुद्धा हद्दपार केले आहेस का?" तिचा प्रत्येक शब्द धारदार सुरीसारखा त्याला कापत गेला. आता धक्का बसायची पाळी लोनीची होती. शेवटी मेरी जेनने स्वत:ला सावरत गाडी सुरू केली आणि ते पुन्हा रस्त्याला लागले. घरी येईपर्यंत दोघांनीही चकार शब्ददेखील उच्चारला नाही.

घराबाहेर गाडी थांबल्यावर लोनीने स्वत:ला सावरलं आणि 'I am sorry' म्हटलं.

तरीही मेरी जेन आपल्या जागेवरून हलली नाही. तिची नजर एकटक समोरचा वेध घेत होती. काही क्षणांनंतर तिनंदेखील स्वत:ला सावरलं. मग लोनीकडे वळून म्हणाली, ''मला माहिती आहे, मी पण भयंकर व्यस्त आहे. इतकी व्यस्त आहे की, आपल्या या जीवनशैलीचा मला किती भयंकर वैताग आला आहे हेदेखील माझ्यापर्यंत पोहोचेनासं झालं आहे.''

...''पण आजचा दिवस तुझ्याकरितासुद्धा खूप महत्त्वाचा आहे. त्याचा आता अजून विचका व्हावा, असं मला नक्कीच वाटत नाही. आजच्या दिवसभरातल्या एकूण घडामोडींनी माझा असा भडका उडाला आहे, असं नको समजूस. मी एवढंच म्हणेन की इतके दिवस मनात जे मळभ साचलंय ना त्याला आज वाट मिळाली. चल, आपण आता छानपैकी तयार होऊन पार्टीला जाऊ आणि शक्य तेवढी मजा करू.''

''मेरी जेन, तू माझं जगण्याचं साधन आहेस. तूच माझं सारं काही आहेस. ब्रॅड आणि सारसुद्धा मला आता माझी स्वत:ची मुलं वाटतात. अर्थात त्यांची त्यांच्या जन्मदात्याप्रती असलेली भावना मी कधीही डावलणार नाही. मी त्यांचा 'खरा बाप' नाही याचीही मला जाणीव आहे. आपण पार्टीला जाता-जाता गाडीमध्येच थोडंसं बोलू या का? तू आज तुझ्या आईची गाडी का घेऊन आली आहेस याचं तर मलाही नवल वाटतं आहे.''

मग दोघंही घरात शिरले आणि पटापट तयार झाले. हॉटेलच्या वाटेवर असताना तिने त्याला काय काय झालं याचा आढावा दिला. अर्थात आपल्या कंबरेचा वाढता घेर आणि आपल्याला सतावणारे इतर काही विषय तिने शिताफीनं टाळले. मुख्यत्वे, ती आपल्या आईबद्दलच बोलली.

पार्टीच्या ठिकाणी पोहोचल्यावर मात्र त्या दोघांनी आपल्या विवंचनांची पार हकालपट्टी केली. तिथल्या उत्साही वातावरणाने त्यांना इतकं भारून टाकलं की, त्रासाचा, त्राग्याचा लवलेशदेखील उरला नाही.

ब्रॅड आणि सारा परततात

अलास्का एअरलाईन्सच्या गेटपाशी लोनी आणि मेरी जेन थांबले

होते. लॉस एंजेलिसहून येणाऱ्या प्रवाशांचे जथ्थे बाहेर पडताना पाहाण्यात एरवी त्यांना खूप मजा वाटली असती; पण आदल्या रात्रीचं जागरण आणि सकाळचं लवकर उठणं यामुळे दोघेही सुस्तावले होते. मुलांची वाट बघतानाही डोळ्यांमध्ये दाटलेली झोप काही केल्या हटत नव्हती. खरं तरी सिक्युरिटी ओलांडून गेटच्या आतमध्ये प्रवाशांव्यतिरिक्त कुणालाच प्रवेश नसतो; परंतु ब्रॅड आणि सारा दोघेही UAM श्रेणीत म्हणजेच ज्यांच्याबरोबर मोठं कोणीही नाही असे वयाने लहान असलेले प्रवासी असल्यामुळे लोनी आणि मेरी जेनला सिक्युरिटीच्या आत येता आलं. ब्रॅड आणि सारा येऊन पोहोचल्याची वर्दी आधी त्यांच्या आवाजाने दिली.

"अरे आपण दोन वेळा स्पेस माऊंटन राईड घेतली; पण दोन्ही वेळा मी माझे डोळे अगदी गच्च मिटून घेतले होते. दोन्ही हात हवेत उंच केले होते. इतकं काही मस्त वाटत होतं ना, जसं काही... मॉम, लोनी!"

त्यांची बडबड ऐकून फ्लाईट अटेंडंटची मात्र मस्त करमणूक झाली होती. मुलांना त्यांच्या पालकांच्या ताब्यात देऊन आवश्यक कागदपत्रांवर तिने त्यांच्या सह्या घेतल्या. एकीकडे त्या कुटुंबाचा भरत-भेटीचा सोहळा सुरू होता.

घरी परत येताना त्या दोघांना लॉस एंजेलिसशिवाय कुठलाही विषय सुचत नव्हता; पण तेवढ्यात ब्रॅडने विचारलंच, 'सर्व काही ठीक आहे ना?' (वातावरणातील बदल ब्रॅडला लगेच जाणवत असत.)

मेरी जेनने अर्धवट सत्याचा मार्ग स्वीकारला.

"तुम्ही दोघं इथे नव्हतात तेव्हा आजीला जरा त्रास झाला."

"आता ती बरी आहे ना?"

"ब्रॅड, अरे आता ती छान आहे. तुमच्या दोघांच्या वाटेकडे डोळे लावून बसली आहे."

"आपण तिच्या गाडीतून का चाललो आहोत?"

"त्याचं काय झालं, तिने चुकीच्या बाजूने गाडी चालवली. अर्थात झालं काही नाही, पण मीच विचार केला की सध्या तिच्या हातात गाडी देता कामा नये. अगदी खरं सांगायचं तर माझ्या मते तिने आता गाडी न चालवणंच योग्य आहे."

ब्रॅड क्षणभर विचारात हरवला आणि मग म्हणाला, ''अगं पण मग ती तिचे सगळे कार्यक्रम कसे पार पाडणार?''

''आम्ही अजून या गोष्टीचा काहीही विचार केलेला नाही. कारण हे सगळं अगदी कालच घडलं आणि मुख्य म्हणजे मी, लोनी, तू आणि सारा असं आपण चौघांनी बसून याच्यावर तोडगा काढायचा आहे. आपण जो काही निर्णय घेऊ त्याचा आपल्या सगळ्यांच्याच दिनक्रमावर परिणाम होणार आहे.''

''म्हणजे! मी आणि साराने तुम्हा मोठ्यांच्या चर्चेत सामील व्हायचं? वा! मज्जाच आहे.''

हे ऐकून मेरी जेन आणि लोनीने एकमेकांकडे बघितलं. दोघांनाही ब्रॅडच्या या प्रतिक्रियेमुळे हसू आलं होतं. तेवढ्यात मेरी जेनला आठवलं की, ब्रॅडच्या शिक्षिकेने तिच्या कानावर घातलं होतं की, ब्रॅड हल्ली फार लहरी झाला आहे आणि दिवसेंदिवस त्याचा हा लहरीपणा कमी होण्याऐवजी वाढतच होता.

''या क्षणी तर याचा विचार करायलादेखील वेळ नाही'' असं म्हणत मेरी जेनने निकराने त्या विचाराला बाजूला सारलं.

''घरी पोहोचल्यावर तुम्ही तुमच्या बॅग्ज आवरून ठेवा. तोवर मी आणि लोनी जरा 'मोठ्यांच्या चर्चासत्रासाठी' वेळ देऊ. मोठ्यांचं चर्चासत्र म्हणजे काय ते आठवतंय ना?''

''हो मॉम.''

''पण घरी जायच्याआधी तुमच्यासाठी एक सरप्राईज आहे.''

सारा पटकन म्हणाली, ''मला कळलं. आपण आजीला भेटायला चाललो आहोत ना?''

''अगदी बरोब्बर! पण तुला कसं कळलं?''

''तिच्या घराच्या दिशेनेच तर आपण चाललो आहोत, नाही का?''

''सारा, तुझं दिशाज्ञान इतकं उत्तम आहे ना, मी तर म्हणेन की तू गाडी चालवायला काहीच हरकत नाही.''

लोनीनं असं म्हणताच साराला आनंदाच्या उकळ्याच फुटल्या. आजीच्या घरी जाऊन तिला बरोबर घेऊन ते ब्रंचला जाईपर्यंत ती ड्रायव्हिंगच्या कल्पनेवर स्वार झालेली होती.

चर्चासत्र

ठरल्याप्रमाणे त्या संध्याकाळी लोनी आणि मेरी जेन त्यांच्या घराच्या वरच्या मजल्यावरच्या 'ऑफिस'मध्ये भेटले आणि मुलं आपलं सामान आवरू लागली. आजीबरोबर ब्रंच घेतल्यावर तिची गोंधळलेली अवस्था मुलांच्याही लक्षात आली. तातडीने काहीतरी उपाययोजना केली पाहिजे हेही त्यांना जाणवलं; त्यामुळे जेव्हा मेरी जेन आणि लोनी आपल्या ठरावीक खुर्च्यांवर बसले, तेव्हा ते स्वाभाविकच गंभीर झाले होते. आदल्या दिवशीपासून साचलेला ताण आता एकदम बाहेर पडू पाहात होता.

मेरी जेनने कुठलीही प्रस्तावना न करता एकदम विषयाला हात घातला. लोनीच्या नजरेत नजर मिळवीत ती म्हणाली, "मला नाही वाटत की, आईनं आता एकटं राहावं. रोजच्या साध्यासाध्या गोष्टीसुद्धा तिच्या लक्षात राहात नाहीत; महत्त्वाच्या गोष्टी तर दूरच! ती औषधं घ्यायलासुद्धा विसरते. मला सगळ्यात जास्त काळजी वाटते ती याचीच. कालच्या आधी हे असं कधी झाल्याचं माझ्या तरी लक्षात नव्हतं आलं. तुला काही जाणवलं होतं का?"

"आज आपण जे काही पाहिलं ना त्या तुलनेत तर काहीच नव्हतं जाणवलं. मलाही काळजी वाटते. लहान लहान स्ट्रोक्सबद्दल मी ऐकून आहे. शिवाय हॉस्पिटलमध्येही अशी लक्षणं असणारे पेशंट्स नजरेस पडतात. तिची ही जी भांबावल्यासारखी अवस्था आहे ना ती कदाचित लहानसहान स्ट्रोक्समुळेही असेल. तिला तर त्यांची जाणीवदेखील नसेल. कधीकधी ही भांबावलेली स्थिती अगदी अल्पकाळासाठी असू शकते. पण माझ्या मते डॉक्टरची भेट घेणं, तेही लवकरात लवकर अत्यावश्यक आहे."

"तुझं म्हणणं अगदी बरोबर आहे. लोनी, मला नीट विचार करायला मदत कर बरं. मला वाटतं, तिने गाडी चालवू नये. नाही का?"

"अगदी बरोबर आहे तुझं म्हणणं. आपण ब्रंच घेत असताना ती आपल्याला विचारत होतीच की तिची गाडी आपण परत कधी करणार ते. पण तरीही तुझं म्हणणं योग्य आहे."

"पण तिने हेदेखील स्पष्ट केलं आहे की, तिला स्वत:ला आपल्यावर लादायचं नाही. तिच्या या विचारात बदल घडविता येईल का? आता

जर तिला नर्सिंग होम किंवा 'असिस्टेड लिव्हिंग सेंटर'मध्ये हलवलं तर तिच्या रोजच्या दिनक्रमात प्रचंड उलथापालथ होईल रे!''

''मेरी जेन, मी काही या विषयाचा तज्ज्ञ नाही; पण एवढं मात्र सांगू शकेन की, 'आपलं कोणाला ओझं होऊ नये' या मुद्यावर मोठे लोक उगाचच अडून बसतात. तिने इथे आपल्याबरोबर राहायला यायला काहीच हरकत नाही. ती इथे राहायला आली तर आपल्याला पुरेशी प्रायव्हसी मिळणार नाही, असा विचार ती करीत असेल असं मला वाटतं.''

''पण लोनी, तुला स्वत:ला काय वाटतं? माझी आई चोवीस तास आपल्याबरोबर राहिली तर तुला चालणार आहे का?''

''मेरी जेन, त्यामुळे खूप बदल होणार आहे हे खरं; पण तुझ्या आईने काल चुकीच्या दिशेने गाडी चालवली हे आपल्याला माहीत आहे; त्यामुळे आपल्या आयुष्यात काही ना काही बदल होणं अत्यंत स्वाभाविक आहे. आता तिने कुठेही राहायचं ठरवलं तरी आपल्याला आपल्या रोजच्या जीवनक्रमात बदल करणं भाग आहे. ती जर पूर्वीप्रमाणे तिच्या घरीच राहिली तर ते आपल्याला जास्त अडचणीचं ठरणार आहे; कारण तिचं घर आपल्या घरापासून तितकंसं जवळ नाही.''

क्षणभर श्वास घेऊन लोनीने काही विचार केला. मग तो पुढे मेरी जेनला म्हणाला, ''खास मोठ्यांकरिता असलेल्या कम्युनिटीबद्दल मी थोडंफार ऐकलं आहे. तिथे ज्येष्ठ नागरिकांना सर्व आवश्यक सुविधा पुरविल्या जातात. माझ्या हॉस्पिटलतर्फे देखील 'फॉरेस्ट ग्लेन' नावाचं कम्युनिटी सेंटर चालवलं जातं. मी तिथे प्रत्यक्ष गेलो नाही; पण फोटोवरून जाणवतं की, तिथे खूप झाडी आहे आणि एकूणच खेड्यासारखं वातावरण ठेवलेलं आहे. शिवाय तिच्या राहत्या घरापेक्षा आपल्याला ते जवळदेखील आहे.''

''हो, आणि तिथे सगळी काळजी घेतली जाते; घरच्यासारखीच. शिवाय जेवणही ज्याला त्याला जागेवर नेऊन दिलं जातं. म्हणजे एकाच वेळेस दोन गोष्टी साध्य होतील. एकतर ती आपल्यापासून जवळ येईल आणि मुख्य म्हणजे आपल्याला तिची काळजी राहाणार नाही.'' मेरी म्हणाली.

''पण मेरी जेन, तुला मनातून काय हवं आहे?''

''अरे, माझ्या अपेक्षा जरा अवाजवी आहेत, असं मला वाटतं.

एकतर तुझ्याकडून अवास्तव अपेक्षा आणि आईला तर ते नाहीच पटणार, असं पण वाटतं.''

''मेरी जेन, मी काय सांगतो ते नीट ऐक. माझ्या आजीला नर्सिंग होममध्ये ठेवावं लागलं होतं, त्यावेळी मला इतकं अपराधी वाटलं होतं ना! आजही ती भावना माझ्या मनातून गेलेली नाही; पण त्यावेळेस परिस्थितीच अशी होती की, तिला तिथे ठेवणं भाग होतं. मी इतका एकाकी होतो की, तिची जबाबदारी घेणं म्हणजे एक प्रकारे तिचा त्रास वाढवण्यासारखं होतं. घरातल्या वृद्धांना सांभाळणं ही आमच्या घराची परंपरा होती. मला वाटतं, आपण ही परंपरा कायम ठेवायला काहीच हरकत नाही. तुझी मनापासून इच्छा असेल तर आपण तुझ्या आईला इथेच घेऊन येऊ. मलासुद्धा ती इथे आलेली खूप आवडेल. एकतर आपण आपल्या मुलांसमोर एक उत्तम उदाहरण ठेवू आणि त्यांनाही खूप सुंदर अनुभव मिळेल.''

लोनीचं म्हणणं ऐकून मेरी जेनला गदगदून आलं. तिने बोलायचा प्रयत्न केला पण तिच्या तोंडातून आवाजच येईना. आपल्या जागेवरून उठून तिने लोनीला घट्ट मिठी मारली. काही क्षणांनी तिला शब्द सापडले, ''स्वीट हार्ट, तू किती मोठ्या मनाचा आहेस रे! आपण आता मुलांना बोलवायचं का रे? या चर्चेत भाग घ्यायला?''

''लगेच!''

कौटुंबिक सभा

मुलं वर येऊन आपापल्या जागेवर बसली. कुणी काही बोलायच्या आधीच ब्रॅडने सुरुवात केली, ''मला वाटतं, ती आपल्याला हवीहवीशी वाटते हे तिला आपल्याकडून कळायला हवं. तेव्हा मुख्य मुद्दा असा आहे की, ती इथे राहायला आली तर आपल्याला सगळ्यांना चालणार आहे का? माझं म्हणाल तर 'हो' मला आजीबरोबर राहायला खूप म्हणजे खूपच आवडेल.''

''ब्रॅड, तू किती छान विचार केला आहेस रे!''

ब्रॅडने मेरी जेनकडे बघितलं. त्याचा चेहरा आनंदाने आणि अभिमानाने खुलला होता. ''मॉम, थँक्स. अगं मला आजी खूप आवडते.''

"मला पण आजी खूप आवडते." सारा चिवचिवली. "आणि ती माझ्या खोलीत माझ्याबरोबर झोपू शकते."

साराची निरागसता पाहून सगळ्यांच्याच चेहऱ्यांवर हसू उमटलं. मुलीबद्दलच्या मायेने मेरी जेनला भरून आलं. ती साराला म्हणाली, "मला तुझंही कौतुक वाटतं सारा; पण आजीला गेस्ट रूम जास्त सोयीची पडेल, असं वाटतं. कारण तिथे बाजूलाच बाथरूम आहे. या आपल्या एवढ्या मोठ्या घरात आजीकरिता नक्कीच जागा आहे. इथे राहायला आल्यावर माझी आईसुद्धा तिच्या कुवतीनुसार आपल्या कामात हातभार लावेल. वाटलं तर ती आपल्याला थोडीफार आर्थिक मदतदेखील करू शकते. मात्र, ती इथे येण्याआधी आपल्याला सगळ्यांनाच एक आव्हान पेलावं लागणार आहे."

"मॉम, म्हणजे काय?"

"मघाशी ब्रॅड म्हणाला होता ना की ती इथे आली तर आपल्याला सगळ्यांना मनापासून आनंद होणार आहे आणि आपल्याला तिचा कुठल्याही प्रकारे भार होणार नाही, या दोन गोष्टी तिच्यापर्यंत पोहोचल्या पाहिजेत हे खरं. कसं राहायचं हे ठरवायचा तिला पुरेपूर हक्क आहे; पण उगाचच गैरसमजामुळे तिने आपल्याबरोबर इथे राहायला नाही म्हटलं, असंही व्हायला नको."

लोनीनंही मेरी जेनची री ओढली. "तिने जर इथे आपल्याबरोबर राहायला यायचं मान्य केलं तर आपल्याला आपल्या आयुष्यातही बदल करावे लागणार आहेत. आता सुरुवातीला ती तुम्हा मुलांची काळजी घेईल तरी काही दिवसांनी तिलाच मदतीची गरज लागेल. माझ्या आजीचा खुबा फ्रॅक्चर झाला होता, तेव्हा तिला मदतीची गरज होतीच."

लोनीच्या पूर्वीच्या आठवणी अशा बाहेर पडल्यावर बोलण्याचा ओघ तिकडेच वळला. आपल्याला भेटायच्या आधी लोनी कसा होता, कसा राहायचा अशा अनेक गोष्टींबद्दल मुलांनी उत्सुकतेनं विचारलं आणि त्यानंदेखील समरसून उत्तरं दिली. एवढंच नाही तर वेगवेगळ्या जमातींमध्ये घरातील वयस्करांना मानानं वागवायची पद्धत त्याने समजावून सांगितली. ब्रॅडच्या विचारी स्वभावाला अनुसरून ब्रॅडच्या मनात आलंच की, तो आणि सारा मोठे झाल्यावर लोनी आणि मेरी जेनला आपल्या दोघांपैकी कोणाच्या घरी आणि कसं बोलावता येईल बरं!"

सगळ्यांचा स्पष्ट निर्णय झाला आणि मेरी जेनला अगदी मोकळं वाटू लागलं; पण मनात कुठेतरी थोडीशी भीतीदेखील वाटत होतीच. तिने बोलून मोकळं व्हायचं ठरवलं. 'आपलं रूटीन प्रचंड व्यस्त आहे. त्यामध्ये अजून थोडी भर पडणार आहे. आधीच आपल्याला एकमेकांना...' तिला एकदम जाणवलं की, मुलं अजून तिथेच होती. लोनीच्या आणि तिच्यामधल्या वैयक्तिक समस्या मुलांसमोर मांडणं योग्य ठरलं नसतं म्हणून तिने पटकन् सारवासारव केली. "मला वाटतं, माझी आई इथे यायला नक्कीच तयार होईल. आपल्याला सगळ्यांनाच वाटतं की, तिने इथे यावं. अर्थात हे तिला पटलं की झालं. ब्रॅडचं म्हणणं बरोबर आहे; पण खरं सांगू का, आपल्या मनात काय आहे हे तिला कसं पटवावं हे मला काही केल्या सुचत नाही; पण आता बरीच रात्र झाली आहे. उद्या तुम्हाला शाळेसाठी उठावं लागणार तेव्हा तुम्ही आता झोपायला हवं."

मुलं झोपायला गेल्यावर लोनी म्हणाला, "मेरी जेन, खूप धावपळ झाली ना आज?"

"हो, खरं तर काल आणि आज दोन्ही दिवस म्हणा! ए, पण आई इथे राहायला येणार या कल्पनेनं मला आताच अगदी शांत आणि मस्त वाटतं आणि आता सगळंच सुरळीत चालेल, असंही मला वाटतं. तू चाललास का झोपायला?"

"हो, तू पण झोपतेस ना?"

"नाही रे, मला एक फोन करायचा आहे; पण तू मात्र झोप आता. तुला सकाळी माझ्या आधी उठावं लागतं ना!"

झोपण्याआधी एक फोन...

मेरी जेन पुन्हा वरच्या मजल्यावरच्या ऑफिसमध्ये गेली. परवा तिच्या वीकएंडची सुरुवात धूळ झटकणं, साफसफाई, नोट्स पुन्हा लिहून काढणं, इथूनच तर झाली होती ना! ती जो फोन नंबर शोधत होती, तो तिला सापडला. तिने घड्याळाकडे नजर टाकली. रात्रीचे पावणेदहा वाजले होते. फार उशीर झाला होता का फोन करायला? जरी रविवारची रात्र असली तरी जॅनेल नक्कीच झोपली नसेल. तिच्या

दोन्ही लहानग्यांना झोपवल्यावर थोडा वेळ निवांतपणे नवऱ्याबरोबर – जिमीबरोबर बसणं जॅनेलला खूप आवडायचं. मेरी जेनने विचार केला.

जॅनेल वाँग मेरी जेनच्या ऑफिसमध्येच काम करीत होती. त्या दोघींची खूप छान मैत्री होती. फिश! जाणून घेण्यात जॅनेल आघाडीवर होती; त्यामुळे त्या तिसऱ्या मजल्यावर फिश! राबवताना तिने सर्वांत आधी मेरी जेनला साथ दिली. तशीही ती सुपरवायजर म्हणून लोकप्रिय होतीच. पण फिश!मुळे तिच्यातील नेतृत्वगुण अधिक खुलले. स्वाभाविकत:च इतर डिपार्टमेंट्सकडूनदेखील तिची शिफारस होऊ लागली. सुरुवातीला ती फक्त तिसरा मजला सांभाळायची; पण मग मेरी जेनने तिला अधिकाधिक जबाबदारी घ्यायला प्रोत्साहन दिलं; त्यामुळे वर्षापूर्वीच जॅनेलनं प्रमोशन स्वीकारलं होतं. आता ती कस्टमर सर्व्हिस सेंटरची मुख्य होती. आपलं काम आणि एकंदरीतच आयुष्य हा त्या दोघींच्या गप्पांचा समान धागा होता. मेरी जेनने जॅनेलला फोन लावला.

"हॅलो जिमी, जॅनेल जागी आहे का रे?"

"हाय जॅनेल, मुलं झोपली का?"

"मेरी जेन, दोघंही गाढ झोपलीत. तू कसा काय एवढ्या उशिरा फोन केलास? सगळं ठीकठाक आहे ना?"

"अगदी खरं सांगायचं तर 'हो' आणि 'नाही' दोन्हीही! पुढच्या आठवड्यात माझ्याबरोबर लंच घेशील का? मला एका विषयाच्या संदर्भात तुझी मदत हवी आहे. मी आणि वुल्फ एक दिवस मार्केटमध्ये भेटणार आहोत. तूही येऊ शकलीस तर फार बरं होईल गं!"

"म्हणजे अगदी पूर्वीसारखंच, नाही का? कुठे आणि कधी ते सांग, मी नक्की येते."

"नक्की ठरलं की सांगते. तुला कोणता दिवस सोयीचा असेल?"

"सोमवार सोडून कुठलाही दिवस चालेल."

"हरकत नाही. जॅनेल, मी तुझा जास्त वेळ घेत नाही; पण खरोखरच मी तुझी मनापासून आभारी आहे."

"त्यात काय एवढं? पण कशाच्या संदर्भात भेटायचं आहे याबद्दल काही सूतोवाच करशील का?"

"हो, तू मला मागे एकदा म्हणाली होतीस की, फिश! मधल्या काही कल्पना घरात राबवल्यामुळे तू मुलांचं संगोपन अधिक चांगल्या प्रकारे

करू शकलीस. मला तुझ्या त्या कल्पना जाणून घ्यायच्या आहेत.''

''बरं, बरं. काहीच हरकत नाही. खरं तर माझ्या सगळ्या कामांच्या तुलनेत तेच काम सगळ्यात सोप्पं होतं बघ. चल तर, आपण पुढच्या आठवड्यात अगदी नक्की भेटू.''

''गुडनाईट.''

पुन्हा एकदा वुल्फची भेट!

ठरल्याप्रमाणे बुधवारी मेरी जेन आणि जॅनेल आपापले डबे घेऊन मार्केटमध्ये पोहोचल्या. मेरी जेनने वुल्फचं लक्ष वेधून घेतलं आणि आपण आलो आहोत याची सूचना दिली. त्यानंतर त्या दोघी रस्त्याच्या पलीकडे असलेल्या त्यांच्या ठरलेल्या रेस्टॉरंटमध्ये गेल्या. तिथे एक टेबल रिकामं होतं; पण खुर्च्या मात्र इकडे तिकडे विखुरलेल्या होत्या. मग त्या दोघींनी इकडून तिकडून तीन खुर्च्या आणल्या आणि त्या टेबलाभोवती ठेवल्या.

एखाद्या स्वच्छ, मोकळ्या दिवशी लंच टाईमला ते रेस्टॉरंट पूर्ण भरलेलं असायचं. मेरी जेनने आधीदेखील त्याचा अनुभव घेतला होता. त्या दोघींनी वुल्फकरिता सॉफ्ट ड्रिंक आणि स्वत:करिता कापुचिनो मागविली. त्यांनी मघाशी गोळा केलेल्या तीन खुर्च्यांपैकी हात नसलेल्या खुर्चीवर मेरी जेन बसली खरी; पण वुल्फचा दोनशे पौंडांच्या वर असलेला भव्य आकार आठवून ती त्या खुर्चीवरून उठून दुसऱ्या खुर्चीत बसली.

तिची ही खुर्च्यांची अदलाबदल पाहून जॅनेल म्हणाली, ''ए, ही काय संगीत खुर्ची चालली आहे?''

''अगं, जास्त झालेलं वजन कमी करण्याचा हा माझा छोटासा प्रयत्न आहे, असं समज.''

''किती छान! मला पण त्याची गरज आहे, नाही का?''

''जॅनेल मस्करी करते आहेस का? मी तुला इतकी वर्षं ओळखते. तुझं वजन जेवढं होतं, तेवढंच आहे हं! हं, आता बाळंतपणात वाढलं होतं, पण ते तेवढ्यापुरतंच.''

''तू जरा अतिशयोक्ती करते आहेस, असं मला वाटतं. पण ते

जाऊ दे. माझी स्वत:ची एक खास पद्धत मी वापरते. मी बहुधा फिशबरोबर खाते.''

''म्हणजे तुझ्या आहारात माशांचं प्रमाण जास्त असतं का?''

''नाही नाही, तसं नाही. मी बहुतेक वेळा फिश!बरोबर खाते.''

तरीही मेरी जेनच्या लक्षातच आलं नाही. ''मला हे सगळं जाणून घ्यायची प्रचंड उत्सुकता आहे. पण... हा पाहा वुल्फ आलाच.''

''सुंदर तरुणींनो, तुम्ही कशा आहात?'' वुल्फने अगदी नाटकी ढंगात विचारलं; ''मला वाटतं, ही जॅनेल आहे, नाही का?''

''अगदी बरोबर.''

''वुल्फ, मी तसं फोनवर बोलताना तुझ्या कानावर घातलंच होतं. जॅनेलसुद्धा आपल्या चर्चेत मौलिक भर घालू शकते हं. तू याला टिपिकल बायकी संकेत म्हणू शकतोस हं.''

''मी नेहमीच महिलांच्या बाजूने असतो. आता मी इथे तुमच्याबरोबर बसलो आहे आणि तिकडे मार्केटमध्ये सगळ्यांची उत्सुकता शिगेला पोहोचली आहे की, तुमच्यासारख्या दोन सुंदर युवतींचं माझ्याशी काय काम असेल बरं? मेरी जेनला ते सगळेच ओळखतात; पण जॅनेलमुळे त्यांची उत्सुकता जरा जास्तच ताणली गेली आहे हे खरं आहे. आता मला सांग बरं, की तुझ्या मनात काय आहे?''

''तुला आठवतं का त्या दिवशी मी म्हटलं होतं की, तू फिश! फिलॉसॉफीचा वापर घरी करतोस वाटतं. उत्तरादाखल तुझ्या चेहऱ्यावर एक झकास हसू उमटलं होतं. म्हणजे तू फिश! घरी वापरतोस, हो की नाही?''

उत्तराऐवजी वुल्फच्या चेहऱ्यावर पुन्हा एकदा हसू उमटलं.

''ए वुल्फ, असं नाही हं चालणार. तू मला मदत करायचं कबूल केलं आहेस; पण मी जरा अवाजवी अपेक्षा ठेवते आहे का तुझ्याकडून?''

''खरं म्हणजे मी घरगुती विषयांवर कुणाशीच फारशी चर्चा करीत नाही; पण तुझी गोष्ट वेगळी आहे. माझ्यामुळे तुला काही मदत होणार असेल तर माझी त्याला मुळीच हरकत नाही. पण आधी मला सांग की, असं काय मोठं घडलं आहे?''

''तुझं बरोबर आहे. मी मुळापासून सांगते. माझा मुलगा आजकाल शाळेमध्ये खूप लहरीपणा करतो. त्याचा हा लहरीपणा घरीदेखील

माझ्या लक्षात आला आहे. माझा नवरा खूपच छान आहे; परंतु आमच्या कामाच्या जागा आणि वेळा इतक्या वेगवेगळ्या आहेत की, आम्ही आठवडाभरात एकमेकांना जेमतेम दिसण्यावर समाधान मानतो. माझ्या आईला वयापरत्वे काही त्रास सुरू झाले आहेत आणि आता ती कदाचित आमच्याबरोबर आमच्याच घरी राहायला येऊ शकते. भरीत भर म्हणजे गेल्या तीन वर्षांत मी चांगलीच लठ्ठ झाले आहे. खरं तर खाण्यापिण्यात काही विशेष बदल न करता माझं वजन वाढलं आहे. वरवर पाहाता सारं काही पद्धतशीर चाललं आहे; पण माझ्या घराच्या आघाडीवर मात्र काहीच धड नाही रे! म्हटलं तर माझ्यासमोर सगळी सुखं हात जोडून उभी आहेत. पण...''

मेरी जेनचं हे वक्तव्य ऐकून जॅनेलला धक्काच बसला. अभावितपणे तिने मेरी जेनच्या हातावर हलकेच थोपटले.

''बस्स! एवढंच?'' वुल्फच्या चेहऱ्यावर तेच मघाचं हसू होतं. अर्थात डोळ्यांमध्ये विचारांची चमक जाणवत होती.

''नाही, एवढंच नाही. म्हणजे आता तू विचारलंच आहेस तर सांगते. आजकाल ऑफिसमध्येही मी सांगितलेलं काम पटकन झालं नाही तर माझा आवाज चढतो. मी चक्क सगळ्यांना फटकारू लागते. घरातही माझी चिडचिड चालू असते. स्वत:साठी तर मला क्षणभरदेखील वेळ मिळत नाही; पण त्यातूनही अगदी कधीतरी मला काय झालं आहे, याचा मी क्षणभर बसून विचार केला तर मला जाणवतं की, मला आयुष्यात काही मजा वाटेनाशी झाली आहे. कधीकधी तर माझा स्वत:वरचा ताबा इतका सुटतो की, माझ्या आईवरदेखील मी वस्कारते. तिचं स्वत:वरचं नियंत्रण किती कमी झालं आहे याची मला पूर्णपणे जाणीव असूनदेखील!''

''हं, एवढंच का?''

''तुला हे एवढंच वाटतं?''

''तुला अजून काही सांगायचं असेल तर सांग ना. मी ऐकतो आहे.'' वुल्फच्या चेहऱ्यावर पुन्हा हसू उमटलं.

''वुल्फ, तुला कसलं हसू येतं रे? हे प्रकरण गंभीर आहे. अरे मला स्वत:ला 'मीच' आवडेनाशी झाले आहे.''

''तू जरा शांत हो. मी का हसतो आहे हेदेखील मी तुला सांगतो.

तुझ्या स्वत:मध्ये इतकी ताकद आहे की, तू एका 'विषारी ऊर्जेच्या कचरा डेपोला' वेगळं रूप दिलंस. त्याचं परिवर्तन तू उत्कृष्ट सकारात्मकता असणाऱ्या, उत्साहाने सळसळणाऱ्या जागेत केलंस. याकरिता तू कशाचा वापर केलास तर आम्ही फिश मार्केटमध्ये वापरत असलेल्या तंत्राचा! पण तरी तू अजूनही यातली सगळ्यात साधी आणि सूर्यप्रकाशाइतकी स्वच्छ गोष्ट तर जोखलीच नाहीस.''

''मेरी जेन, तुला जे जे हवं ते ते तुझ्याकडे आहेच. जे माहिती असायलाच हवं त्या साऱ्याचं आकलन तुला झालेलं आहे. आपण फिश! फिलॉसॉफी आपल्या कामकाजाच्या ठिकाणी प्रभावीपणे वापरून तिचे उत्तम परिणाम मिळविले तरी ती तेवढ्यापुरती मर्यादित नक्कीच नाही. ऑफिस असो वा घर! दोन्हीकडेही 'जीवन' आहे. थोडासा आनंद, थोडासा नि:स्वार्थीपणा, दुसऱ्यांच्या हाकेला 'ओ' द्यायची तत्परता आणि आपल्या मनाचा कल अतिशय काळजीपूर्वक सांभाळणं या गोष्टींचा वापर केला तर ऑफिस असो की घर, आपलं जीवन नक्कीच उजळून निघेल, नाही का?''

''आणि माझ्या या हसण्यामागे अजून एक कारण आहे. हे जे सगळं मी तुला आता सांगितलं ते जाणून घ्यायला मला स्वत:लासुद्धा चिक्कार वेळ लागला; पण विचार केला तर असं वाटतं की, बहुधा याच सर्व घटकांमुळे माझं वैवाहिक जीवन आज सुखी आहे. मी जर घरी फिश!चा वापर केला नसता ना तर कोणी सांगावं, कदाचित... तर हे असं आहे. कळलं? जॅनेल, तुझा काय अनुभव आहे?''

''वुल्फ, ते तू तुझ्या लग्नाबद्दल काय म्हणालास आता? थोडंसं सविस्तर सांगतोस का, प्लीज?''

वुल्फने एक मोठा उसासा टाकला. काहीही न बोलता तो दोन-चार क्षण तसाच बसून राहिला. ''हे जरा कठीणच आहे. पण तरीही मी सांगायचा प्रयत्न करतो. खरं तर आमच्या घटस्फोटाची आवश्यक ती सगळी कागदपत्रं तयार झाली होती. पण सह्या होण्याआधी मी स्वत:च्याच मनाची उलटतपासणी करून बघितली. हे लग्न टिकवण्यासाठी आवश्यक तितके प्रयत्न, आवश्यक तितक्या तत्परतेने आणि तन्मयतेने मी केले होते का असं मी स्वत:ला विचारलं. मग माझ्या लक्षात आलं की, मी माझ्या दृष्टीने जे काही प्रयत्न करीत होतो त्यात बायकोकडून अपेक्षा

होत्या आणि मग कुठलाच प्रयत्न तितकासा सफल होत नसे. मग मी ठरवलं की, आता आपण फक्त स्वत: काय करू शकतो त्याचा विचार करायचा. तिच्याकडून अपेक्षा ठेवायच्या नाहीत. कदाचित तुमचा विश्वास बसणार नाही किंवा तुम्ही मला अगदी मूर्खात देखील काढाल, पण माझ्या असं लक्षात आलं की, माझ्या सर्व ग्राहकांपेक्षा माझ्या बायकोचं माझ्या आयुष्यातलं स्थान अतिशय जास्त महत्त्वाचं आहे आणि मग मला प्रकर्षाने जाणवलं की, मला स्वत:ला घटस्फोट नकोच होता. तिचं स्थान माझ्या लक्षात आल्यावर मी स्वत:मध्ये आमूलाग्र बदल केला. मार्केटमधल्या ग्राहकांपेक्षा ती मला अधिक प्रिय आहे हे दाखविण्याच्या दृष्टीने माझ्या वागण्याची दिशा बदलली. मी काही आकाशातला चंद्र तिच्यासाठी आणला नाही; पण छोट्या छोट्या गोष्टींमधून मी तिच्याबद्दलचं माझं प्रेम, आदर, हळुवार भावना व्यक्त करू लागलो. ती आजूबाजूला वावरत असताना गांभीर्याचे, ताणाचे मुखवटे झुगारून देऊन ताणविरहित जगण्याचा प्रयत्न करू लागलो. ती जेव्हा जेव्हा काही सांगत असे तेव्हा तिकडे दुर्लक्ष न करता जाणीवपूर्वक ऐकू लागलो. याच्याच बरोबरीने घरात असताना मी स्वत:चा ॲटिट्यूड सांभाळू लागलो.

सुरुवातीला हा बदल तिच्या लक्षात आला नसावा. पण साधारणत: दोन आठवड्यांनंतर मात्र तिची माझ्याकडे बघण्याची दृष्टीच बदलली. एकदा तर तिने बोलून दाखवलं की, काहीतरी बदल जाणवतो आहे. पण तो बदल नक्की कशा स्वरूपाचा आहे हे मात्र तिला तोवर लक्षात आलं नव्हतं. त्यानंतर तीसुद्धा मला छानसा प्रतिसाद देऊ लागली. एक दिवस तर गंमतच झाली. मी सकाळी बाथरूममध्ये गेलो तर तिथे आरशावर एक छोटंसं हृदय लटकवलेलं होतं आणि त्यावर अगदी साध्या, सोप्या भाषेत तिने आपलं प्रेम व्यक्त केलं होतं. त्या दिवसानंतर मात्र आम्हाला पुन्हा वळून पाहावंच लागलं नाही. मधले काही वाईट दिवस आमच्या आयुष्यातून पार हद्दपार झाले. आता तर त्यांच्या कटु आठवणीदेखील उरल्या नाहीत.''

हे सगळं ऐकून मेरी जेन इतकी थक्क झाली की, तोंडाचा 'आ' मिटायचं भानही तिला राहिलं नाही. भानावर येत ती म्हणाली, ''वुल्फ, अगदी मनापासून सॉरी हं! तुझ्या आयुष्यात इतक्या काही समस्या असतील, असं मला वाटलंच नाही. त्या दिवशी तू ओझरता उल्लेख

केल्यामुळे मला वाटलं की, काहीतरी थोडाफार त्रास असेल तुला. पण तू इतकं मोकळेपणानं सगळं सांगितलंस ना! खरंच खूप खूप थँक्स!''

जॅनेल म्हणाली, ''वुल्फ, तुझ्या या भारी मोकळेपणामुळे माझं काम मात्र सोपं झालं हं!'' वुल्फनेदेखील त्यावर संमतीदर्शक मान हलवली. आता जॅनेल बोलू लागली – ''माझ्या दोन्ही मुलांना 'लर्निंग डिसॅबिलिटी' आहे; त्यामुळे दिवस संपत आला की, घरी जाताना माझ्या पायात मणामणाच्या बेड्या अडकविल्या आहेत की काय असं मला वाटायचं. माझ्या मुलांवर माझं अगदी मनापासून प्रेम आहे. त्यात काही वादच नाही. पण त्या दोघांना सांभाळण्याचा मी जितका जास्त प्रयत्न करीत होते, तितकं ते कठीण होत होतं. असंच एक दिवस माझ्या मनात आलं की, आपण फिश! फिलॉसॉफीचा वापर करून पाहावा. त्याने नुकसान नक्कीच झालं नसतं. झाला तर फायदाच झाला असता आणि तुम्हाला सांगते, माझ्या मुलांबरोबरच्या नात्याला एक वेगळाच आयाम मिळाला. मी असं नाही म्हणत की, त्यांची जी मूळ समस्या आहे ती जादूसारखी गायब झाली. ती समस्या आहे तिथेच आहे. पण आता आम्ही एकत्र राहाताना ज्या काही पद्धती राबवीत आहोत त्यामुळे मला तर समाधान मिळतंच आहे; पण ती दोघंही खूप आनंदात आहेत.

''मी तर चक्क व्हॅक्युम क्लिनर घेऊन त्यांच्याबरोबर नाचते. भांडी घासताना आम्ही गाणी म्हणतो. शाळेचा अभ्यास संपवताना पण मस्त धम्माल करतो. आमचे शेजारी बहुतेक आमची गणना आता 'वेड्या'त करीत असतील.

''पूर्वी मी सांगितलेल्या ज्या ज्या गोष्टींना ते नकार द्यायचे, त्या त्या सगळ्या गोष्टी त्यांना सांगताना मी विशिष्ट स्वर वापरते. आजकाल तर आम्ही जेवायला बाहेर हॉटेलमध्ये सुद्धा जातो. वेटपर्सनला (वेटरला) कोण सगळ्यात जास्त हसवू शकतो यावर आमची पैज लागते.

''आजकाल जेव्हा मला त्यांच्याशी किंवा त्यांना माझ्याशी बोलायचं असतं तेव्हा मी हातातली सगळी कामं बाजूला ठेवून फक्त त्यांच्यावर लक्ष केंद्रित करते. एकमेकांना छोट्या छोट्या गिफ्ट्स देणं, एकमेकांना आवडेल अशा छोट्या छोट्या कृती आवर्जून करणं यातून आम्हाला अनोखा आनंद मिळतो. खरं तर तो आमच्यासाठी एक आनंददायी खेळ झाला आहे आणि मुख्य म्हणजे आम्हाला एकमेकांमुळे मिळालेला

हा आनंद आम्ही बोलून दाखवतो. त्याची योग्य ती दखल घेतो. त्याला दाद देतो.

''याव्यतिरिक्त मी मध्यंतरी स्टिकर्सचं पुस्तक आणलं. त्यामध्ये वेगवेगळे मूड दाखविणारे चेहरे आहेत. सुखी, दु:खी, रडके, हसरे, रागावलेले – अगदी शेकडो प्रकार आहेत. तुम्हीपण पाहिलं असेल ना असं स्टिकर बुक?''

मेरी जेन आणि वुल्फने उत्तरादाखल मान हलवली.

''मी मधूनच जाहीर करते की, चला 'ॲटिट्यूड ब्रेक'ची वेळ झाली आणि मग आम्ही सगळेच एकत्र बसतो आणि त्या क्षणी आमचा जो काही मूड असतो तो दर्शविणारं स्टिकर आपापल्या कॅलेंडरमध्ये चिकटवतो. त्यानंतर आम्ही जे काही स्टिकर लावलेलं असेल तेच आपल्याला का लावावंसं वाटलं, याबद्दल एकमेकांशी मोकळेपणानं बोलतो. याशिवाय आपल्याला स्वत:साठी कोणता मूड आवडेल याचाही विचार करतो. याचा आम्हाला असा फायदा झाला आहे की, आम्हाला स्वत:च्या मूड्सची तीव्रपणे जाणीव तर होतेच; शिवाय आम्ही आपल्या भावभावना अचूकपणे ओळखू लागलो आहोत. याच पद्धतीनं आमचं काम चालू राहिलं ना तर मला खात्री आहे की, नजीकच्या काळात आम्हाला स्टिकर्सची गरजच उरणार नाही. नुसत्या शब्दांनीच आम्हाला आमचे मूड्स पकडता येतील.''

ती जे जे बोलत होती ते सर्व मेरी जेन आपल्या जर्नलमध्ये टिपून घेत होती. जॅनेलचं बोलणं थांबल्यावर तिनंही लिहिणं थांबवलं आणि आपल्या दोन्ही सोबत्यांकडे एक नजर टाकली. ''खरंच, तुम्हा दोघांचेही अनुभव ऐकणं हाच माझ्यासाठी मोठा अनुभव होता. अर्थात माझ्या गरजांचा विचार केला तर थोड्या अधिक कल्पनांचा विचार आणि वापर करावा लागणार आहे, असं मला वाटतं. जॅनेल मला अजून थोडं अचूक सांग ना!''

तिच्या या बोलण्यावर जॅनेल आणि वुल्फ दोघांनीही काही न बोलता फक्त एक स्मित केलं.

''अरे, मला खरंच काही युक्त्या सांगा ज्या मी घरी गेल्याबरोबर वापरू शकेन. तुमच्या बोलण्यावरून तर माझी पक्की खात्री झाली आहे की, तुमच्याकडे युक्त्या-प्रयुक्त्यांची पोतडी भरलेली असणार.''

पुन्हा एक स्मित...

“काय झालं?”

आता मात्र जॅनेल पुढे होऊन म्हणाली, “मेरी जेन, आजही मला तो दिवस स्पष्टपणे आठवतो. सकारात्मक ऊर्जेने भारावून गेलेली तू मार्केटमधून परतली होतीस. खरं तर तुला अगदी ताबडतोब सगळेच्या सगळे बदल घडवून आणायचे होते. मात्र, प्रत्यक्षात तू काय केलंस आठवतं का?”

“आठवतं ना! मला अशी भीती होती की, मी अचानक शंभर टक्के बदल राबवायचे ठरवलं तर तुम्हा लोकांना वाटेल की, हे माझ्या डोक्यातलं खूळ असावं आणि मग तुम्ही कोणीही मला प्रतिसाद देणार नाही. पण मला याचादेखील जाणीव होती की, मला जे तंत्र गवसलं होतं, ते तुमचं तुम्हाला गवसलं तर अधिक प्रभावी ठरेल. शिवाय हे तंत्र कितीही सकारात्मक असलं आणि त्यातून निर्माण होणारी ऊर्जा कितीही प्रभावी असली तरी मी ते तुमच्यावर लादलं असतं तर नाइलाजास्तव तुम्ही सगळ्यांनी मला साथ दिली असती; पण त्याचा अंगीकार न करता काही ना काही पळवाटा शोधत राहिला असतात.”

“मग आता तू आमच्याकडून काय अपेक्षा करते आहेस ते सांग बरं!”

“आलं माझ्या लक्षात. खरं म्हणजे माझ्या अनुभवाच्या शिदोरीतच याचं गुपित दडलं आहे आणि तुम्ही दोघंही मला ते गुपित स्वत:च जाणून घ्यायला प्रवृत्त करीत आहात. तुम्ही तुमच्या-तुमच्या घरी वापरलेल्या कल्पना तशाच्या तशा मला माझ्या घरात वापरता येणार नाहीत हेच खरं! माझ्या स्वत:च्या कुटुंबाच्या गरजेनुसार आवश्यक त्या कल्पना विकसित करून त्या अंगीकारता आल्या पाहिजेत.”

“हे बघ, तू स्वत:ला इतकं पणाला लावायची गरज नाही. बरेचदा काय होतं की, आपल्याला जेव्हा प्रचंड ताण असतो तेव्हा साध्या साध्या गोष्टीदेखील आपल्याला क्लिष्ट वाटू लागतात आणि खरं मर्म कशात असेल तर नेमकी समस्या काय आहे ते जाणून घेण्यात!”

“तुमचे सगळे मुद्दे मला लक्षात तर आलेच, पण पटलेदेखील आहेत; पण तरीही मी असं म्हणेन की, तुम्ही तुमचे अनुभव मला जरा विस्तृतपणे सांगितलेत तर माझ्या विचारांना पटकन चालना मिळेल.”

वुल्फ आणि जॅनेललादेखील हे पटलं; त्यामुळे नंतरचा संपूर्ण वेळ ते दोघेजण आपण घरात वागता-बोलताना काय आणि कसे बदल केले याबद्दल सांगत राहिले. मेरी जेनने आपले हे बदल लिहून काढावेत, आत्मसात करावेत हा उद्देश नव्हताच. उलट या दिलखुलास चर्चेतून तिच्या विचारांना दिशा आणि गती मिळू शकते हे त्या दोघांनाही पटलं होतं.

अशा प्रकारे त्या दोघांनी आपापलं अनुभवविश्व तिच्यापुढे खुलं केलं. तिनेही त्या दोघांचे अगदी मनापासून आभार मानले. 'आता सगळी धुरा माझ्या खांद्यावर आहे,' या तिच्या वक्तव्यावर वुल्फ आणि जॅनेलने पुन्हा एकवार त्यांचं ते खास स्मित केलं; त्यामुळे मेरी जेनला खळखळून हसू आलं. अर्थात वुल्फचा शेरादेखील त्याला कारणीभूत होता.

वुल्फ म्हणाला, "मेरी जेन या क्षेत्रातील तज्ज्ञ – म्हणजे तू स्वत:च – तुझ्याच घरात आहे हे विसरू नकोस बरं का! नाहीतर म्हणतात ना की, पिकतं तिथे विकत नाही, तशातली गत व्हायची. अर्थात ही बाब आपल्याला नजरेआड करता येणार नाहीच की, व्यावसायिक स्तरावर फिश! फिलॉसॉफी वापरण्याचा आपल्याला दांडगा अनुभव असला तरी घरगुती स्तरावर आपण अजून चाचपडतोच आहोत."

लोनीचा सत्कार

आजच्याइतकी गर्दी मेरी जेननं मार्केटमध्ये यापूर्वी कधीच पाहिली नव्हती. पाय ठेवायलासुद्धा जागा नव्हती. तेवढ्या गर्दीतही तिथले विक्रेते हसतमुखाने आणि चतुराईने माशांची विक्री करीत होते. शिवाय जोडीला ग्राहकांचं मनोरंजन चालूच होतं. आज वुल्फ आणि जेडी जरा जास्तच फॉर्मात होते. एका ग्राहकाने वुल्फकडे दोन माशांची मागणी केली. वुल्फने एकाच वेळी दोन्ही मासे जेडीकडे भिरकावले आणि त्यानेही मोठ्या शिताफीने ते पकडले. ते पाहून जमलेले सगळेच अचंबित झाले. या अचूकतेसाठी वुल्फ आणि जेडी यांनी गुळगुळीत रबरी माशांना घेऊन किती सराव केला आहे त्याची कोणालाच कल्पना नव्हती. आजच्यासारखे क्षण म्हणजे घेतलेल्या मेहनतीचं चीज होणं! इथून जाताना सगळ्याच ग्राहकांच्या मनात आजच्या दिवसाच्या सुंदर आठवणी रेंगाळत राहाणार होत्या, यात काही वादच नाही.

तेवढ्यात मेरी जेनची नजर तिथल्याच एका व्यवस्थापकाकडे गेली. तो तिथल्या दुकानांच्या मधली जागा स्वच्छ करण्याच्या प्रयत्नात होता. त्याचा चेहरा अगदी लाल झाला होता. त्याच्या या स्वच्छतेच्या नादात तो सगळ्यांना तापदायक ठरत होता. ते पाहून मेरी जेनच्या मनात आलं की, 'हा या सगळ्यांमध्ये किती वेगळा आहे. इथल्या उत्साहाचं वारंदेखील याला लागू शकत नाही. खरं तर मार्केटमधील वर्दळ संपेपर्यंत याने सरळ आपल्या ऑफिसमध्ये जाऊन बसणंच श्रेयस्कर आहे.' अर्थात मनातले हे विचार तिने मनातच ठेवले.

तेवढ्यात जॅकने आपल्या समोरच्या काऊंटरवरचा माईक हातात घेतला. लोनी आता त्याच्या बाजूलाच उभा होता. माईक हातात घेऊन जॅकने तो ऑन केल्याबरोबर त्यातून नेहमीसारखाच किर्र आवाज आला; पण जॅकने अगदी कुशलतेने तो आवाज घालविला. जॅकने आपल्या मनातल्या विचारांना वाट करून दिली –

''पाईक प्लेस फिश'साठी आजचा दिवस विशेष आहे. आजच्या या दिवसाला सुख-दुःखाची किनार आहे. आपला सगळ्यात जिवलग मित्र आज आपल्याला सोडून जाणार आहे; त्यामुळे वाईट वाटतं आहे पण तो त्याच्या आयुष्यातल्या महत्त्वाच्या स्वप्नपूर्तीच्या दिशेने वाटचाल करणार आहे; त्यामुळे होणारा आनंद अधिक मोठा आहे. माणसाला दुःख आणि वेदनांपासून मुक्ती मिळवून द्यायचं, बरं करायचं हे काम अतिशय सेवाभावी मनाने करावं लागतं आणि ते करण्याची संधी लोनीला मिळते आहे. तो या क्षेत्रातील डिग्री मिळविणार आहे आणि नंतर त्याच मार्गाने त्याची वाटचाल होणार आहे. गेली तेरा वर्षे लोनी आपल्या मार्केटचा लीडर आहे; त्यामुळे आपल्याला त्याची कमतरता प्रचंड प्रमाणात जाणवणार आहे. आपल्या या फिश मार्केटला जागतिक स्तरावर प्रसिद्धी मिळायला हवी या कल्पनेचा जनकच लोनी आहे. आज इथलं हे वातावरण, ही प्रसिद्धी, ही भरभराट याचं श्रेय लोनीकडे जातं.

जगप्रसिद्ध अशा या पाईक प्लेस फिश मार्केटच्या इतिहासात आज पहिल्यांदाच एक 'एप्रन' निवृत्त होणार आहे आणि या प्रसंगाचं औचित्य साधत आम्ही आज 'हॉल ऑफ फेम'ची स्थापना करीत आहोत. अर्थात आपण ज्याचा उल्लेख 'हॉल' असा करीत आहोत तो हॉल नसून एक आडवा बीम (आडवी तुळई) आहे हे एव्हाना सगळ्यांच्या लक्षात

आलंच असेल.''

जॅकच्या या छोटेखानी भाषणाला सगळ्यांनी उत्स्फूर्त दाद दिली आणि आता तो पुढे काय करणार याची सारेजण उत्सुकतेनं वाट पाहू लागले.

जॅकने लोनीकडून त्याचं 'एप्रन' घेतलं आणि तो बीमखाली ठेवलेल्या स्टुलावर चढला. त्या बीमवर तो एप्रन त्याने खिळ्यांच्या साहाय्याने ठोकला. टाळ्यांच्या कडकडाटात आणि शिट्ट्यांच्या दणक्यात तो खाली उतरला. लोनीने याप्रसंगी काहीतरी बोलावं म्हणून सर्वांनी एकच हलकल्लोळ केला.

सगळ्यांच्या विनंतीला मान देऊन लोनीने माईक हातात घेतला आणि वातावरण शांत होण्याकरिता क्षण-दोन क्षण थबकला. त्यानंतर तो जे बोलला ते त्याच्या मनाच्या गाभ्यातून उमटलेले विचार होते.

''जॅक, सगळ्यात आधी मी तुझे मनापासून आभार मानतो. तेरा वर्षांपूर्वी मी एक भांबावलेला तरुण होतो. त्या काळात मी कोणत्याही मार्गावर भरकटू शकलो असतो. नव्हे, भरकटलोच होतो आणि कायद्याच्या कचाट्यात सापडलो होतो. परंतु तू मला नोकरी दिलीस. एवढंच नाही तर मोठ्या विश्वासाने माझ्यावर जबाबदारी सोपविलीस. मला मोकळेपणाने वावरता येईल अशी एक जागा दिलीस. ज्या मातेनं माझ्या पालनपोषणाची जबाबदारी स्वीकारली होती, तिला स्वत:च्याच समस्यांना तोंड देणं कठीण झालं होतं; त्यामुळे माझ्याकडे लक्ष देणं हा तिच्यासाठी 'दुष्काळात तेरावा महिना' होता; अशा वेळेस तू क्षणाचाही विचार न करता मला तुझ्या पंखांखाली घेतलंस आणि जागरूकपणे स्वत:ची जबाबदारी पार पाडलीस. स्वत:च्या बरोबरीनं मला वाढवलंस, व्यवहारातल्या खाचाखोचा शिकविल्यास, नीतिमूल्यांचे धडे दिलेस. खरं तर जॅक, माझ्या या आयुष्यावर फक्त तुझाच हक्क आहे रे.''

बोलताबोलता लोनी भावविवश झाला. आपल्या वाहाणाऱ्या अश्रूंना अडवायचा यत्किंचितही प्रयत्न त्याने केला नाही. क्षण-दोन क्षणांनंतर त्याला जरा मोकळं वाटलं. मग त्याने पुन्हा बोलायला सुरुवात केली -
''मी गेली तेरा वर्षे इथे वावरतो आहे. पण जॅकने कोणाशी दुजाभाव केल्याचं मला कधीच जाणवलं नाही. त्याच्या हाताखाली कितीतरी तरुण शिकून-सवरून तयार झालेले मी स्वत: पाहिलं आहे. जॅक, तू आमच्या सगळ्यांचा आदर्श आहेस. माझ्या आयुष्यात तुझं 'खास' स्थान

आहे. या प्रवासात तू आम्हाला जी मदत केलीस त्याला तोड नाही. आम्ही सगळेच तुझे सदैव ऋणी राहू.'' लोनीला पुढे बोलवेनासं झालं.

लोनीच्या बोलण्यातला प्रामाणिकपणा पाहून मेरी जेन पण भारावली होती. जॅकची प्रतिक्रिया पाहायला तिने मान वळवली तर सगळ्यांच्या नकळत अश्रू टिपण्याचा त्याचा असफल प्रयत्न तिला दिसला.

लोनीने स्वत:ला सावरलं. त्याच्या आजूबाजूचे बहुतेक सर्वजण सद्गदित झाले होते. यातले काहीजण लोनीने आधी उल्लेख केलेले एकांडे शिलेदार होते. जॅकने त्या सर्वांच्या भरकटण्याला एक छान दिशा दिली होती. त्यांच्याकडे पाहात लोनी म्हणाला, ''या सगळ्यांबद्दल मी काय बोलू? सावळा गोंधळ आहे नुसता.'' त्याच्या मिश्कीलपणाला सगळ्यांनीच दाद दिली. ''अतिशयोक्ती नाही करत; पण हे सगळेजण कमालीचे चांगले आहेत. हे माझे फक्त व्यवसायबंधू नसून खरोखरचे भाऊ आहेत, असंच मला वाटतं. आम्ही इथे काम करीत असताना तर एकमेकांना सांभाळून घेतोच; परंतु आवश्यकतेप्रमाणे एरवीच्या आयुष्यातसुद्धा एकमेकांच्या पाठीशी भक्कमपणे उभे राहातो. आज या फिश मार्केटकडे सगळेजण एक उत्कृष्ट उदाहरण म्हणून पाहातात. पण याच्या घडणीमध्ये या सगळ्यांचा सहभाग आहे. मला वाटतं की, स्वत:च्याच भावनावेगात वाहून जाण्यापेक्षा मी इथेच थांबणं योग्य आहे. जॅक, पुन्हा एकदा मी मनापासून तुझे आभार मानतो. मित्रांनो, मी सदैव तुमचा ऋणी राहीन. मेरी जेन, तुझे विशेष आभार मानावेसे वाटतात. शेवटी मी एवढंच म्हणेन की, या संपूर्ण कालावधीत तुम्ही सर्वांनी ग्राहक या नात्याने माझ्यावर जो विश्वास टाकलात त्याचा कधीच उतराई होता येणार नाही. तेव्हा आता थांबतो.''

एवढं बोलून लोनीनं आपला मोकळा हात उंचावला आणि त्या मार्केटच्या प्रथेला साजेशी आरोळी ठोकली, ''मासे खा, मासे खा; खात राहा, खात राहा!''

पुढची अनेक मिनिटं टाळ्यांच्या कडकडाटाशिवाय दुसरं काहीच ऐकू येत नव्हतं. जॅक खरोखरच मोठा धोरणी म्हणायचा. त्याने माईकवरून जाहीर केलं की, 'पुढच्या तासाभरात खरेदी केलेला प्रत्येक मासा विक्रेत्याकडून लोनीकडे फेकला जाईल किंवा माझ्या प्रिय ग्राहकांनो, तुम्हाला हवं असेल तर हे काम तुम्ही स्वत:च पार पाडू शकता आणि

जर तो मासा लोनीच्या हातातून सुटला, तर तुम्हाला तो मोफत मिळेल. एका तासानंतर मात्र लोनी आपल्या सुप्रसिद्ध पाईक प्लेस फिश मार्केटसाठी तयार केलेल्या टी-शर्ट्स आणि हॅट्सवर स्वाक्षरी करील.'

नंतरचा तासभर त्या मार्केटमध्ये काय गदारोळ चालला असेल याची कल्पनाच केलेली बरी. गर्दीतल्या प्रत्येकानेच मासा फेकायला सुरुवात केली. त्या तासाभरात माशांची तडाखेबंद विक्री झाली; परंतु मासे पकडायच्या कलेत लोनीचा हात धरणारं कुणीच नव्हतं; त्यामुळे ग्राहकांना मात्र सर्वच्या सर्व माशांचे पैसे द्यावेच लागले. लोनीने सही केलेले टी-शर्ट्स आणि कॅप्स घेण्यासाठी ग्राहकांनी लावलेली शिस्तबद्ध रांग पार 'फर्स्ट ॲव्हेन्यू'पर्यंत जाऊन पोहोचली.

ती रांग संपेपर्यंतचा वेळ मेरी जेनकरिता मोकळा होता. त्यावेळेचा सदुपयोग करण्यासाठी ती रस्त्याच्या पलीकडे असलेल्या तिच्या आवडत्या कॉफी शॉपच्या दिशेने निघाली. अर्थात खांद्यावरच्या तिच्या बॅगमध्ये तिचे जर्नल होतेच म्हणा. "चला, रविवारी रात्री होणाऱ्या कौटुंबिक चर्चासत्राची तयारी करूया!" तिने स्वत:लाच बजावलं.

जॅनेलची अचानक भेट

रस्त्यात बरीच गर्दी झाली होती. त्या गर्दीतून वाट काढत कॉफी शॉपच्या दिशेने जात असताना आपल्या पाठोपाठ कुणीतरी येत आहे याची जाणीव तिला झाली. तिने वळून पाहिलं तर जॅनेल तिच्या नजरेस पडली. तिला गाठण्यासाठी घाईघाईने येत होती. दोघी साधारणत: एकदमच कॉफी शॉपच्या दारात पोहोचल्या.

तेवढ्यात 'स्टारबक्स'च्या कॉफी शॉपसमोर फोटो काढून घ्यायला एक मोठा ग्रुप उभा राहिला. त्यांचा फोटो काढून होईपर्यंत मेरी जेन एका बाजूला उभी राहिली. तो घोळका तिथून रवाना झाल्यावर तिने पुढे होऊन जॅनेलला मिठी मारली. "अचानकच दिसलीस तू!"

"अगं, गर्दीच एवढी होती की, कुणी कोणाला दिसणंच शक्य नव्हतं; पण मेरी जेन, सगळा समारंभ हृदयस्पर्शी झाला, नाही का?"

"हो ना, सगळ्यांच्याच मनाला भिडला तो सोहळा. पण तरीही लोनीलाही आता काही ना काही बदल आवश्यकच आहे, असं मला

वाटतं. माझ्यापुरतं म्हणायचं तर मासे पकडताना त्याच्या हाताला इतक्यांदा जखमा झाल्या आहेत! आता इथून पुढे मात्र त्याचे हात हातात घेताना अशा जखमांची क्षिती बाळगायची गरज राहाणार नाही. पण मला सांग, आपण दोघी एकाच वेळेस या कॉफी शॉपमध्ये हा निव्वळ योगायोग म्हणायचा का?''

''मला वाटलं की, तुला माझी कंपनी आवडेल. तुलाही मनातलं काही बोलायचं असेल तर? काल आपलं बोलणं झाल्यानंतर मला प्रकर्षाने जाणवलं की माझ्या आयुष्यात आनंद निर्माण करण्यात तुझा सिंहाचा वाटा आहे आणि म्हणूनच माझ्या मनाचा एक कप्पा कायमस्वरूपी तुझ्यासाठी राखलेला असेल. माझ्यामध्ये असलेल्या चांगल्या गोष्टी मला स्वत:ला कधीच लक्षात आल्या नव्हत्या. तू माझं लक्ष माझ्यातल्या या गुणांकडे वेधलंस आणि माझ्या आयुष्याला वेगळं वळण मिळालं – हवंहवंसं वाटणारं, सुखावणारं... म्हणूनच मला असं वाटतं की, तुला जर माझी गरज असेल तर मी तुझ्या बाजूने ठामपणे उभं राहायलाच हवं. माझी खात्री आहे की, आताही तुझ्या बॅगमध्ये तुझं आवडतं जर्नल असणारच. कॉफी पिता पिता जर्नलमध्ये काही मुद्दे टिपून ठेवण्याचा तुझा काही मानस असेल तर तसं मला सांग. मी तुला तुझ्या जर्नलबरोबर सोडायला तयार आहे.''

''याला म्हणतात खरीखुरी मैत्री. चल, मस्तपैकी कॉफी घेऊ या. जर्नलचं काम मी थोड्या वेळाने करीन.''

स्टारबक्सच्या काऊंटरमध्ये बसण्याची काहीच सोय नव्हती; त्यामुळे त्यांनी वाफाळलेल्या स्ट्राँग कॉफीचे कप घेऊन रस्त्याच्या पलीकडे असलेल्या बागेच्या दिशेने मोहरा वळवला. सुदैवाने बागेत फारशी वर्दळ नसल्याने त्यांना बसायला मनाजोगा बाक मिळाला.

''काल लोनीचा खास मित्र बरोबर होता; त्यामुळे तुला कदाचित मनमोकळेपणाने बोलता आलं नसेल. आज तू बिनधास्तपणे बोलू शकतेस.''

''खरं आहे तुझं म्हणणं. माझ्या मनातले काही विचार तुला सांगितले तर मलाही थोडं हलकं वाटेल, असं वाटतं. लोनीचं आणि माझं आयुष्य इतकं व्यस्त झालं आहे ना की एका घरात राहाण्याव्यतिरिक्त दुसरं काहीच उरलं नाही. याला काही सहजीवन म्हणता येणार नाही, हो की नाही? मुळात आम्हाला एकमेकांच्या सहवासात राहायला आवडू

लागलं म्हणून तर आम्ही लग्न केलं आणि आज परिस्थिती अशी आहे की, एकमेकांच्या सहवासालाच आम्ही मुकलो आहोत. जॅनेल, स्वत:च्या आयुष्यात थोड्याफार आनंदाची अपेक्षा ठेवणं हा माझा स्वार्थीपणा आहे का गं?''

''अगं बहुधा सगळ्याच तरुण जोडप्यांना लग्नाच्या सुरुवातीच्या काळात ही तारेवरची कसरत करावीच लागते बघ. दोघांचंही करिअर, मुलं, चर्च, छंद, वृद्ध पालक, व्यायाम, शिक्षण या गोष्टींच्या जोडीने इतरही अनेक महत्त्वाच्या गोष्टींकडे लक्ष पुरवावं लागतं. शिवाय उर्वरित आयुष्याचा यक्षप्रश्न 'आ' वासून उभा असतो तो वेगळाच!''

''जॅनेल, तुझं म्हणणं बऱ्याच अंशी बरोबर आहे; पण मुळात आम्ही 'तरुण जोडपं' या श्रेणीत नक्कीच बसत नाही. आमचं लग्न नुकतंच झालं आहे हे मी मान्य करते; पण आम्ही दोघंही तरुणाईच्या नवलाईत रमण्याइतके तरुण राहिलो नाही. आणि एक सांगू, तू व्यायामाचा विषय नसता काढलास तर बरं झालं असतं बघ. माझ्या दिनचर्येतून 'व्यायाम' हा प्रकार गायब होऊन महिनोन्‌महिने उलटले आहेत. प्रत्येकच गोष्टीला वेळ द्यायचा म्हटलं तर ते अशक्यच होऊन बसलं होतं. व्यायामाच्या जोडीने इतरही काही गोष्टींकडे दुर्लक्ष झालं.''

''हो, तू काल वजनाच्या संदर्भात काहीतरी बोलली होतीस.''

''जॅनेल, तू तर आजसुद्धा फॅशन मॉडेल म्हणून वावरू शकशील. मला तर वाटतं की, तू फक्त गाजरांवर जगत असावीस.''

''काहीतरीच काय! पण कोणत्या गोष्टीचं किती स्तोम माजवायचं ते आपणच ठरवायचं असतं. मी काय काय केलं ते मी तुला सांगेनच. तुला त्यातल्या अनेक गोष्टी माहिती असतील. मात्र, तुला नक्की कशाचा त्रास होतो हे शोधून काढणं माझ्यासाठी या क्षणाला सर्वांत महत्त्वाचं आहे. तू खूप व्यस्त आहेस हे मला पूर्णपणे मान्य आहे; पण तुझ्या जीवनात कितीतरी उत्तम संधी येत आहेत.''

''हं! मी तुला जरा आधीपासूनची हकिगत सांगते. मुळात माझा नवरा केन अचानक वारला. त्यावेळी फर्स्ट-गॅरंटी या आपल्या ऑफिसमध्ये तणावाची परिस्थिती होती. शिवाय दोन लहान मुलांकडे बघायला घरी दुसरं कोणीच नव्हतं. त्यावेळेस मी स्वत:शी कठोर निश्चय केला होता की, मी आयुष्यात कुरकुर करत बसणार नाही. माझ्या वाटचं आयुष्य

समर्थपणे पेलेन. असा विचार करायची क्षमता, ही मला माझ्या पहिल्या नवऱ्याकडून मिळालेली सर्वोत्तम भेटच आहे; पण झालं असं की, आयुष्य कमाल वेगानं पुढेपुढे धावतं आहे आणि माझ्या कठोर निश्चयाचं बळ त्या मानानं कमी पडतं आहे. आयुष्य समर्थपणे पेलायचं म्हणजे नक्की काय करायचं हे माझं मलाच कळेनासं झालं आहे. अनेक गोष्टी एकाच वेळी करीत राहायचं म्हणजे समर्थता आहे, की अत्यंत महत्त्वाच्या ठिकाणी हजेरी लावणं म्हणजे समर्थता, हेच मला उमजत नाही.

"कधीकधी असं जाणवतं की, घरी असताना आयुष्य कणाकणानं निसटून जातं आहे. आम्हाला दोघांनाही जगताना काय हवं आहे, कशाची आस आहे या गोष्टीचा यत्किंचितही विचार न करता मी आणि लोनी येणारा दिवस साजरा करीत असतो. आता या क्षणी आमच्या आयुष्यात असलेली प्रत्येकच गोष्ट आमच्या दृष्टीने अतिशय महत्त्वाची आहे, असं मला वाटतं; त्यामुळे जास्तच भांबावले आहे मी."

"तू आणि लोनीने या गोष्टीवर कधी विचार केला आहे का?"

"खरं तर त्या दिवशी त्याच्यासाठी खास पार्टी होती ना तेव्हा मी त्याच्यावर इतकी उखडले. नंतर माझं मलाच खूप वाईट वाटलं. मग आम्ही दोघांनीही या विषयावर बोलायचं ठरवलं; पण अजून तो योग काही आला नाही. मोकळा वेळच मिळत नाही."

"हे बघ, माझी स्वत:ची पद्धत अशी आहे की, जी गोष्ट सगळ्यात जास्त महत्त्वाची तिच्यावर सर्वांत आधी लक्ष केंद्रित करायचं. तुमच्या आयुष्यात अशी कोणती बाब आत्यंतिक महत्त्वाची आहे?"

"माझी आई! तिने आता एकटीनं गाडी चालवणं योग्य नाही. शिवाय ती स्वत:ची औषधंसुद्धा वेळेवर घेत नाही. तिला विसरच पडतो गं. या सगळ्या गोष्टींची योग्य सांगड घालतानाच तिच्या स्वातंत्र्यावर गदा येणार नाही असा मार्ग कसा शोधावा हा माझ्यासमोरचा यक्षप्रश्न आहे."

"तुझी स्वत:ची काय इच्छा आहे?"

"मला मनापासून वाटतं की, तिने आता आमच्याबरोबर राहावं. ती आम्हाला सर्वांना हवीहवीशी वाटते हे मला तिच्यापर्यंत पोहोचवायचं आहे. त्याचप्रमाणे तिला हेदेखील समजावून द्यायचं आहे की, आमच्या घरी राहायला आली म्हणजे तिला आमच्या कलाने राहावं लागेल, असं मुळीच नाही. या दोन-चार दिवसांत आमची 'दुसरी कौटुंबिक चर्चा'

होणार आहे. त्यावेळी बोलताना काही मुद्दे मांडता आले तर बरं.''

''मला असं वाटतं की, फिश! फिलॉसॉफी वापरण्याच्या दृष्टीने ही अगदी योग्य वेळ आणि योग्य जागा आहे.''

मेरी जेन आपल्या लाडक्या मैत्रिणीकडे कौतुकाने पाहात म्हणाली, ''खरोखर तू जगातली सगळ्यात उत्तम मैत्रीण आहेस. आम्ही आता फिश! फिलॉसॉफीचा वापर करू म्हणजे आमची चर्चा योग्य प्रकाराने होईल. मुलांनाही त्यांना काय वाटतं आहे हे नीट सांगता येईल. माझ्या लक्षातच आलं नाही की आपण फिश! वापरू शकू म्हणून.''

''मेरी जेन, मला तरी ही कल्पना योग्य वाटते आहे. तेव्हा मी आता निघते. मला दोन-चार कामं संपवायची आहेत. तू आणि तुझं जर्नल एकमेकांच्या सहवासात मजा करा.''

''जॅनेल बरं झालं तू माझ्या पाठोपाठ इथवर आलीस ते. आपल्या या सर्व चर्चेचा मला खूप उपयोग होईल. जिमीला सांग विचारलंय म्हणून. चल, बाय.''

जर्नलमधील नोंदी

पुन्हा एकदा मेरी जेन कॉफी घेऊन आली; पण ती जिथे आधी बसली होती त्या बाकावर आता दुसरं कोणीतरी येऊन बसलं होतं. मग ती सरळ कारंजाभोवतीच्या कठड्यावर जाऊन बसली.

तिने आपल्या जर्नलचं एक नवीन पान उघडलं, नवीन शीर्षक दिलं आणि ते अधोरेखित केलं. त्यानंतर तिने काही मुद्दे मांडले आणि मग आपणच मांडलेल्या मुद्द्यांवर ती विचार करू लागली.

फिश! जीवनासाठी

* आजी
* लग्न
* मुलांचं संगोपन
* मित्र-मैत्रिणी
* वजन कमी करणं.

क्षणभरासाठी तिने डोळे मिटले. तिच्या मिटलेल्या डोळ्यांसमोर सूर्याच्या तेजामुळे वेगवेगळ्या रंगांचा आणि आकारांचा कॅलिडोस्कोप तयार झाला होता. त्यात ती थोडा वेळ रमली. एकदम काहीतरी जाणवल्यामुळे तिने डोळे उघडले. 'काय बरं असेल?' असा विचार करीतच तिने जर्नलची काही पानं चाळली. सुविचारांच्या विभागापाशी आल्यावर थांबली. तिची नजर मेरी ऑलिव्हरच्या 'द जर्नी' या कवितेच्या पहिल्या काही ओळींवर स्थिरावली. संपूर्ण आयुष्याचं सार त्या दोन ओळींमध्ये सामावलेलं होतं –

एक दिवस तुम्हाला कळून चुकलं
तुम्ही काय करायला हवं आहे ते!
आणि तिथेच तुम्ही केलीत सुरुवात–

खरंच, किती अचूक सांगितलं आहे. एक दिवस तुम्हाला कळून चुकलं, तुम्ही काय करायला हवं आहे ते आणि तिथेच तुम्ही केलीत सुरुवात... सुरुवात... हो! मी काय करायला हवं आहे हे मला कळलं आहे. आता सुरुवात करायलाच हवी.

दुसरे कौटुंबिक सत्र

आज पुन्हा एकदा ते सगळे त्यांच्या घरातल्या ऑफिसमध्ये आपापल्या खुर्च्यांवर विराजमान झाले होते. मेरी जेनने एकवार आपल्या मुलांकडे पाहिलं आणि बोलायला सुरुवात केली –

"आजीने इथे राहावं आणि त्याचबरोबर तिला त्याचं ओझंही वाटू नये, असं आपल्याला वाटतं. पण यासाठी काय करावं याचा विचार आपल्याला करायचा आहे. माझी खात्री आहे की फिश! फिलॉसॉफीचा वापर केला तर आपल्याला मस्त उपाय मिळेल."

"म्हणजे तू आणि लोनी, तुमच्या कामाच्या ठिकाणी वापरता तेच ना? आम्हाला पण आवडेल."

"ब्रॅड, तू बरोबर ओळखलंस. लोनीनंच मला फिश!चे धडे दिले. त्याच्याकडून शिकल्यावर मी माझ्या ऑफिसमध्ये त्याचा वापर केला.

तुम्हाला मी मार्केटमध्ये पहिल्यांदा घेऊन गेले होते, तो दिवस मला आजही आठवतो. तुम्हाला आठवतो का रे?''

''माझ्या लक्षात आहे, मी लोनीला त्याच्या कामात मदत केली होती. किती मजा आली होती तेव्हा!''

''आणि मलाही आठवतं, कारण एक मासा मला चावला होता.'' सारा म्हणाली.

''ए चल, काही चावला-बिवला नव्हता.''

''हो, चावला होता रे!''

''चल, काहीतरीच!''

''बरं, ते असू द्या मुलांनो. सारा, मला वाटतं, तुला मासा चावला नसावा. त्याचं तोंड हललं म्हणून तू दचकली असावीस.''

''मॉम, मला तेच तर म्हणायचं होतं.''

''आपण आजीबरोबर माशांची झेलाझेली खेळायची का?''

''त्या आधी मी आणि लोनी तुम्हाला फिश! म्हणजे काय ते सांगतो आणि मग आपण ठरवू या की आजीचं स्वागत कसं करता येईल ते!''

चैतन्यपूर्ण सहभाग

''या सगळ्यात मजा वाटावी म्हणून काय करता येईल? फिश! फिलॉसॉफीचा पहिला घटक आहे 'हसतखेळत' म्हणजेच प्रसन्न मनाने, मजा करीत काम करणे; त्यामुळे रोजचं तेच ते कंटाळवाणं काम छान वाटायला लागतं आणि मग ते काम पटकन संपतंदेखील!

चैतन्यपूर्ण सहभाग : तुम्ही जाल तिथे प्रसन्न मनाने जा!

फिश! च्या सुरुवातीच्या काळात स्वत:च्या रोजच्या कामात थोडीशी मजा निर्माण करणं एवढाच हेतू असतो. पण हे करताकरता आपल्याच लक्षात यायला लागतं की, यातून जी सकारात्मक ऊर्जा निर्माण होते, ती आपण स्वत:मध्ये कायमस्वरूपी भिनवू शकतो.

- मी नेहमीच प्रसन्न कशी राहू शकेन?
- माझ्या मनातला हा आनंद माझ्या स्वरात्देखील जाणवतो आहे का?
- एखादं कंटाळवाणं काम मजेत संपवण्यासाठी मी प्रयत्न करून बघितला आहे का?
- माझा सहभाग चैतन्यपूर्ण आहे का? म्हणजेच...
- हे सगळं मी हसत खेळत करते आहे का?

"मॉम, लॉसॉफी म्हणजे काय?"

"सारा, तो शब्द आहे – फि-लॉ-सॉ-फी. मोठ्ठा शब्द आहे ना?"

"फिलॉसॉफी?"

"हो, फिश! फिलॉसॉफी ही रोजचं आयुष्य जगायला शिकवणारी एक पद्धत आहे, असं आपण म्हणू शकतो. मी तुला सांगते हं समजावून. हे बघ, समजा, तुला एखादी गोष्ट करायला अजिबात आवडत नाही; पण आता तुला तेच काम करावं लागतं आहे."

"हं, म्हणजे माझी खोली आवरून ठेवायची किंवा कपबशा धुऊन ठेवायच्या."

"बरोबर. तुला आठवतं का मध्यंतरी आपलं डिशवॉशर बिघडलं होतं. मग सगळी भांडी आपणच घासत होतो, नाही का? त्यावेळी आपण कसं एकमेकांना कोडी विचारायचो, भेंड्या चढवायचो!"

"हो, मला आठवतं. तेव्हा किती मजा आली होती!"

"आणि सगळी भांडी पण घासली गेली होती ना पटापट."

"हो, कारण आपण एकीकडे भांडी घासायचं काम तर चालूच ठेवलं होतं ना!"

"म्हणजेच तुला न आवडणारं एक अतिशय कंटाळवाणं काम आपण हसत-खेळत, मजा करत पटकन संपवलं. यालाच म्हणायचं फिश! फिलॉसॉफीचा वापर. हसतखेळत म्हणजेच चैतन्यपूर्ण सहभाग हा झाला त्याचा पहिला भाग. आता तुमच्या लक्षात आलं ना! मग आपल्याला आता हे ठरवायचं आहे की, आजीचं स्वागत करताना गंमतजंमत कशी करता येईल?"

"हं, म्हणजे मी माझ्या बाहुल्यांशी खेळत असते ती पण फिलॉसॉफीच आहे नाही का? मॉम, मी नेहमीच खेळत असते. पण सगळीच मुलं खेळतात ना!"

"अगदी बरोबर! लहान मुलांनी खेळलंच पाहिजे. आम्ही मोठी माणसं खेळणं विसरून जातो. लहान मुलं मात्र कधीच विसरत नाहीत. खेळणं तुमच्याकरिता खूप महत्त्वाचं आणि आवश्यक आहे."

"पण आम्ही काय खेळू?"

"आजीला हवं तेव्हा ती माझ्या बाहुल्यांशी खेळू शकते." साराने बालसुलभ निरागसतेनं म्हटलं.

"ए, तिला आमच्याबरोबर कॅच-कॅच खेळायला आवडेल का?"

"ब्रॅड, ते मला नक्की नाही सांगता येणार. पण तुम्ही तिला खेळायला बोलावलं तर तिला ते आवडेल."

"आणि तिला पत्ते खेळायला आवडतात हे मला माहिती आहे. आम्ही नेहमीच मुंगूस खेळतो ना!"

"वा! मस्तच कल्पना आहे. अजून काय काय करता येईल बरं?"

"लपंडाव." सारा म्हणाली.

"हो, आणि गाढवाला शेपटी लावण्याचा खेळसुद्धा खेळता येईल, नाही का?"

आता लोनीने पण या संभाषणात भाग घेतला. "मला साराची लपंडावाची कल्पना खूप आवडली. या घराला आजी हवीहवीशी वाटते आहे हे तिच्यापर्यंत पोहोचणं महत्त्वाचं आहे, नाही का? तिला हे पटलं तर ती नक्कीच इथे राहायला येईल; पण तरीही आपल्याला अजून पक्की खात्री वाटत नाही. आजपर्यंत ती स्वतंत्रपणे वागली आहे हे पण आपल्याला लक्षात ठेवावं लागेल. तिचं स्वातंत्र्य हरवणार तर नाही; पण इथे येण्यात मजा तर वाटेल, असं काहीतरी आपण करायला हवं आहे, हो की नाही?"

साराने म्हटलं, "तिला की नाही झूमध्ये जायला आवडतं. मी तिच्याकडे गेले की ती मला नेहमी झूमध्ये घेऊन जाते. आपण तिला सांगू या की, आपल्याला झूमध्ये जायचं आहे आणि मग तिला सरळ इकडेच, आपल्या घरी आणू या."

मेरी जेन म्हणाली, "आणि तिला रोज लागणाऱ्या वस्तू तिच्याच

पद्धतीप्रमाणे इथे देखील लावून ठेवूया. हं, मात्र तिला हे देखील सांगू या की, जेव्हा गरज पडेल तेव्हा त्या सगळ्या वस्तू आपण परत तिच्या नेहमीच्या जागी ठेवणार आहोतच. म्हणजे तिच्याही लक्षात येईल की, ती इथे यावी, असं आपल्याला मनापासून वाटतं, म्हणूनच आपण हे सगळं करतो आहे.''

''आपण ना खूप फुगे लावूया सगळीकडे. शिवाय तिच्या आवडीचा मेन्यू करूया.''

लोनी जरा विचारात पडला होता. ''आपल्याला दोघांना तिच्या ड्रायव्हरचं काम करावं लागणार आहे. बरं का! ती हेअर ड्रेसरकडे किती वेळा जाते?''

''वरचेवर काही जात नाही. उलट फार कमी वेळा जाते; कारण तिला स्वत:वर खर्च करायला मुळीच आवडत नाही.''

''हं!'' लोनीने उत्तरादाखल मान हलविली.

सौख्याची अनुभूती

मेरी जेनला काही तोडगा सुचला नाही; पण ब्रॅडच्या डोक्यात एक कल्पना आली, ''आपण आजीला हेअर सलूनमध्ये घेऊन जाऊ शकतो.''

''तिथे जाऊन ती नक्की काय काय ट्रीटमेंट घेते हे मला सांगता नाही येणार; पण तुझी ही कल्पना छान आहे. फिश! फिलॉसॉफीचं दुसरं तत्त्व म्हणजे समोरच्याला समाधान! त्यासाठी समोरच्याची आवड ओळखून त्याच्या मनाला समाधान वाटेल असं काहीतरी करायचं. हेअर सलूनमधील कोणती गोष्ट आजीला आवडेल?''

मेरी जेन पुढे होत म्हणाली, ''आपण तिच्या केसांचं पर्मिंग करायची ऑफर तिला देऊ; त्यामुळे केस कायमचे कुरळे किंवा सरळ करता येतात. शिवाय जोडीला स्पा, मसाज, शॅम्पू असंही करता येईल.''

''आणि तिला पार्लरमध्ये सोडल्यावर आपण पटकन तिच्या घरी जाऊ आणि तिला रोज लागणाऱ्या तिच्या वस्तू घेऊन येऊ. त्या आपल्या घरी गेस्ट रूममध्ये ठेवू. तिला पार्लरमधून सरळ तिच्या घरी सोडण्याऐवजी आपण काहीतरी कारण काढून तिला इथे आपल्या घरी घेऊन येऊ. मग तिचं स्वागत दणक्यात करू. तिच्या वस्तूंनी सजवलेली

गेस्ट रूम पाहून तिला लक्षात येईल की, ती इथे राहायला यावी ही आपली अगदी मनापासूनची इच्छा आहे.''

''हो, पण तिच्या वस्तू इथे आणताना आपणही थोडं डोकं चालवलं पाहिजे नाही का? कारण आपण जर सगळंच उचलून आणलं तर तिलाही इथे राहाणं तिच्यावर लादलंय असं वाटेल.''

''अगदी बरोबर! अशी कुठली वस्तू किंवा गोष्ट आहे, जी तिला खूप आवडते? ती आपण आणली तर? तेवढ्याने नक्कीच काम होईल.''

मेरी जेनच्या मनावरचा ताण आता कमी झाला होता; त्यामुळे तिचा आवाज अगदी उत्साहित होता. ''तिच्या घरातल्या फर्निचरपैकी एखादीच वस्तू आणूया म्हणजे अतिरेक होणार नाही. म्हणजे आता दोन-दोन सरप्राईज! आधी 'स्पा' ट्रीटमेंट आणि त्यानंतर इथे घरी आणून तिचं जंगी स्वागत. मुलांनो, असं करूया का?''

साराला खुदकून हसू आलं. ''तिला खरंच खूप मज्जा होईल.''

''ए बावळट, मज्जा होईल नाही, मज्जा वाटेल म्हणतात.''

''ए, मी तेच म्हटलं होतं हं!''

मेरी जेन बहीण-भावाच्या नेहमीच्या भांडणात पडली. ''थांबा, थांबा! आपण जेव्हा एखादी फिलॉसॉफी आत्मसात करायची आहे, असं ठरवतो तेव्हा ती नेहमीसाठी करावी लागते हे लक्षात घ्या. आपण आता आजीबद्दल जे काही ठरवीत आहोत ते एक कुटुंब म्हणून ठरवीत आहोत. हो की नाही? त्यामुळे ब्रॅड, तू आता साराला जे काही बोललास त्यामुळे तिला या सगळ्या चर्चेत वाटणारी मज्जाच संपेल, नाही का? आपण कोणाला असं बावळट म्हटलं तर त्याचा किंवा तिचा दिवस चांगला जाईल का? तूच सांग मला.'' ब्रॅडच्या प्रतिक्रियेकडे लोनीचंही लक्ष होतं.

''मला माहिती आहे की कुणालाही बावळट म्हणायचं नसतं.'' मान खाली घालत ब्रॅडने उत्तर दिलं.

''ब्रॅड, चूक कबूल करणं ही फार मोठी गोष्ट आहे. तू ती केली आहेस. तेव्हा शाब्बास! बाळांनो, फिश! फिलॉसॉफी ही फक्त नियमावली नाही. आपण ती स्वीकारली की त्याबरहुकूम जगताना आपल्या आजूबाजूच्या सगळ्यांना त्यातून आनंद कसा मिळेल हे बघायचं असतं. मुळात तू साराशी वागताना हे लक्षात ठेवलंस तर आजीशी वागताना तुला मुद्दाम वेगळं लक्षात ठेवायची गरजच नाही पडणार, हे लक्षात घे. फिश!

सर्वांनी सर्वांकरिता वापरायचं असतं.''

''सारा, तू बावळट आहेस, असं मला वाटत नाही. सॉरी, खरं म्हणजे मुलींच्या मानाने तू जरा जास्तच स्मार्ट आहेस.''

''ब्रॅड!''

''आता काय झालं?''

''तू काय म्हणालास?''

''तू जरा जास्तच... ओह मॉम, हे फिश! प्रकरण जरा कठीणच आहे. सारा, मी तुला मनापासून सॉरी म्हणतो. माझ्या मते तू खरोखरच स्मार्ट मुलगी आहेस. मी माझ्या मित्रांना नेहमीच सांगत असतो की, माझी लहान बहीण खूप स्मार्ट आहे म्हणून. ते मला खूपदा चिडवतात. पण मला तुझा खूप अभिमान वाटतो.''

''ब्रॅड, आता पुरे हं! फिश! म्हणजे थापा मारणं नाही हं!''

''मॉम, अगं खरंच मी साराचं नेहमीच कौतुक करीत असतो. अर्थात ती नसताना.''

''ब्रॅड, तू आता जे काही बोललास ना त्याच्यामुळे साराचा दिवस किती छान जाईल बघ! तिच्याकडे बघ एकदा म्हणजे मी काय म्हणते आहे ते तुला कळेल.''

ब्रॅडने साराकडे पाहिलं तर तिच्या चेहऱ्यावर खूप आनंद दिसत होता आणि एक मोठ्ठं हसूदेखील.

''ब्रॅड, सुरुवातीला तुला हे कठीण वाटेल; पण तू याचा जितका जास्त उपयोग करशील ना तितकं ते सोपं वाटू लागेल. नेहमी एकच गोष्ट लक्षात ठेवायची, आपण ज्या जगात राहातो, तिथे इतरही अनेक माणसं राहातात. आपण त्यांच्याशी कसे वागतो याच्यावर हे जग चांगलं आहे की वाईट हे ती माणसं ठरवतात; त्यामुळे आपण सगळ्यांशी चांगले वागलो तर हे जग सगळ्यांना चांगलंच वाटू लागेल. त्याचप्रमाणे तू साराशी कसं वागतोस यावरून सारालादेखील हे घर आवडतं की नाही, कितपत आवडतं हे सगळं ठरणार आहे.''

''आणि ज्या शाळेत आपण जातो, तिथल्या आपल्या मित्रांशी आपण चांगलं वागलो तर त्यांच्यासाठी शाळा ही एक आवडीची जागा होईल.'' लोनीने पुस्ती जोडली.

''ओके लोनी आणि मॉम, मी नक्की प्रयत्न करीन.''

सौख्याची अनुभूती : दिवस सत्कारणी लावा!
आपण दुसऱ्याशी कसे वागतो यावर कधीकधी
दुसऱ्याचा दिवस चांगला जाईल की वाईट, हे ठरतं.

फिश मार्केटमधले व्यापारी आपल्या ग्राहकांशी उत्तम व्यवहार करतात. त्या ग्राहकांच्या आठवणीत ते क्षण घर करून राहातात. इतकंच काय तर या आठवणी सुखदायक असतात. आपापल्या घरी परतल्यावर आपल्या सग्यासोयऱ्यांसमवेत या आठवणी जागवायलाही त्यांना आवडतं. एक व्यक्ती दुसऱ्याशी ज्या पद्धतीने वागते; त्यामुळे दुसऱ्याचा दिवस अगदी झकास जातो.

- आज मी कोणाचा दिवस झकास बनवू शकेन?
- माझ्या वागण्यातून कोणाला तरी प्रेरणा मिळावी यासाठी मला आज काय करता येईल?
- दुसऱ्यांच्या उपयोगी पडत असताना माझ्या मनात जी सुरेख अनुभूती निर्माण होते, तिची जाणीव मी ठेवली का?
- दुसऱ्याच्या वागण्यामुळे माझा स्वत:चा दिवस झकास करून घेण्याची माझी तयारी आहे का?

तन्मयता

आपल्या मांडीवर उघडून ठेवलेल्या जर्नलवर एक नजर टाकत मेरी जेन म्हणाली, 'तन्मयता' हा फिश! फिलॉसॉफीचा तिसरा घटक आहे. म्हणजे जेव्हा कोणी आपल्याशी बोलत असेल तेव्हा तन्मयतेने ते ऐकणे आणि एकावेळी एकच गोष्ट करणे; म्हणजेच आपण जेव्हा एखाद्याबरोबर असतो, तेव्हा आपलं लक्ष इकडे तिकडे जाऊ द्यायचं नाही. कोणाशीही बोलायला सुरुवात करताना आपलं लक्ष त्या बोलणाऱ्याकडे असलं पाहिजे. आपलं आजीवर प्रेम आहे हे आजीला कळणं आजीच्या दृष्टीने सगळ्यात आवश्यक आहे. मी तुम्हाला तुमच्या लहानपणीची एक गोष्ट सांगते –

तन्मयता : आपण तन्मयता आत्मसात केली की अप्रतिम गोष्टी घडतात. जाणीव, शरीर आणि आत्मा यांना नेणिवेच्या एका पातळीवर आणणं हा तुमच्या आणि जगाच्या दृष्टीने अतिशय सुंदर अनुभव आहे.

फिश मार्केटमधील व्यापाऱ्यांनी येणाऱ्या ग्राहकांशी सहसंबंध जोडण्यासाठी खूप छान मार्ग शोधून काढला आहे. त्याकरिता ते जाणीवपूर्वक आपलं लक्ष एकाग्र करतात, मनाला विचलित होऊ देत नाहीत.

- माझे कुटुंबीय आणि मित्र-मैत्रिणी बोलत असतात, तेव्हा मी त्यांचं बोलणं लक्षपूर्वक ऐकते का?
- माझं हे लक्ष देणं निरपेक्ष आहे का?
- घरी सगळेजण जेवत असताना फोनसारख्या गोष्टींमुळे व्यत्यय आला तर त्याकरिता आम्ही काही उपाय योजले आहेत का?
- आपलं बोलणं कोणीतरी जाणीवपूर्वक ऐकून घेतं आहे ही भावनाच किती सुखकारक आहे, याची आपण स्वत:ला आठवण करून दिली आहे का?

तुम्ही लहान असताना मी तुम्हाला घेऊन बाहेर जायचे. मी तुम्हाला कडेवर घेऊन तुमच्याशी गप्पा मारत असायचे. कधीतरी मी तुम्हाला घेऊन किराणा आणायला जायचे. रस्त्यात कुणी ओळखीचं भेटलं की, मी त्यांच्याशी सहजच बोलू लागायचे. अशा वेळी तुम्ही काय करायचात माहीत आहे? आपल्या दोन्ही हातांनी माझे गाल पकडून माझा चेहरा तुम्ही स्वत:कडे वळवायचात. मी तुमच्याकडे लक्ष देणं तुम्हाला अपेक्षित असायचं. तुम्हाला खूप लहानपणापासूनच ही जाणीव व्हायला लागली होती की, तुमच्याबरोबर असलेली व्यक्ती मनाने पण तुमच्याबरोबर आहे की नाही याची. आपण ज्याच्याशी बोलतो त्याचं लक्ष दुसरीकडे असलं तर आपल्याला मुळीच आवडत नाही; त्यामुळे आपल्याला आता असं बघायचं आहे की आपण जेव्हा आजीबरोबर असू, तेव्हा

मनानेही शंभर टक्के तिच्याचबरोबर असू.''

''मॉम, आजी मला गोष्टी वाचून दाखवेल आणि मी त्या लक्ष देऊन ऐकेन.'' सारा म्हणाली.

''मी तिच्याशी उभं राहून बोलतो त्यापेक्षा तिच्याजवळ बसून बोललो तर तिला ते जास्त आवडतं.'' ब्रॅड म्हणाला.

''म्हणजे काय ब्रॅड?''

''आपण आजीकडे जातो जेव्हा ती तिच्या आवडत्या खुर्चीत बसलेली असते. मला तिच्याशी काही बोलायचं असतं तेव्हा मी तिच्याजवळ जाऊन बोलतो. त्यावेळेस ती माझा हात धरते आणि तिच्या हातात तसाच राहू देते. मग एक दिवस मी तिच्याजवळ बसून तिच्याशी बोललो. त्या दिवशी मला आधीसारखं धरून ठेवायची गरज तिला वाटली नाही. मला पण खूप छान वाटलं, तिच्याजवळ बसून तिच्याशी बोलायला! त्यानंतर प्रत्येक वेळेस आपण तिथे गेल्यावर मी तिच्याजवळ बसूनच तिच्याशी बोलतो. मला वाटतं, तिला ते खूप आवडतं.''

लोनी आपल्या खुर्चीत मागे रेलला. त्याच्या चेहऱ्यावर एक छानसं हसू होतं. ''तुम्ही खूप गोड मुलं आहात. माझी खात्री आहे की, तुम्ही उत्तम मासे व्यापारी बनाल.''

हे ऐकून ब्रॅडला खूप आनंद झाला. सारा तर सारखी खुदुखुदु हसत होती.

''जेव्हा मार्केटमध्ये एखादा ग्राहक येतो आणि तुमच्या दुकानात तुमच्याशी बोलत असतो, तेव्हा मनाने तुम्ही तिथे त्याच्याबरोबर नसणं ही सगळ्यात वाईट गोष्ट आहे. मार्केटचा हा असा अनुभव त्यांच्याकरिता मुळीच चांगला नसतो.''

''आणि आपण ही सगळी चर्चा करीत आहोतच तर त्याच्या अनुषंगाने हेदेखील ठरवू या की आपण आपली वागणूक कशी ठेवणार आहोत.''

आपली मनोवृत्ती निवडा

''मनोवृत्ती म्हणजे काय मॉम?''

''मनोवृत्ती म्हणजे आपली वागायची पद्धत किंवा आपण वरपांगी कसे वागतो ते. एखादी व्यक्ती कशी वागते हे सांगायला आपण

वेगवेगळे शब्द वापरतो. साधारणत: आपण जसे असतो, तसेच वागतो. पण काही वेळा मात्र आपण जसे असतो, तसे वागत नाही किंवा जसे नसतो तसे वागतो. आपल्याला मनातून जे वाटतं ना त्याला आपण म्हणतो भावना आणि आपण जे बाहेर दाखवतो त्याला म्हणतो मनोवृत्ती! भावना आणि मनोवृत्तीमध्ये काय फरक आहे हे मी पुढे-मागे तुम्हाला समजावून सांगेनच, पण सध्यापुरतं आपण मनोवृत्तीचा विचार करूया!

आपण एखाद्याच्या मनोवृत्तीबद्दल म्हणजेच एखादा कसा वागतो याबद्दल जेव्हा बोलतो, तेव्हा आपण त्यासाठी वेगवेगळे शब्द वापरतो. तो आनंदी आहे, दु:खी आहे, कटकट्या आहे, रागीट, तापट, चिडका, मूर्ख, खेळकर किंवा संयमी आहे, सकारात्मक किंवा नकारात्मक आहे, असं आपण त्याच्याबद्दल बोलतो. एखादा माणूस सारखा नन्नाचा पाढा वाचतो तेव्हा आपण म्हणतो की, तो खूपच नकारात्मक आहे. लोनीसारखा एखादा माणूस असतो, ज्याला नेहमी दुसऱ्याचे चांगले गुणच दिसतात. अशा लोकांबद्दल बोलताना आपण म्हणतो की, तो खूप सकारात्मक आहे. आता तुम्ही विचाराल की सकारात्मक म्हणजे काय? कोणत्याही परिस्थितीमध्ये चांगल्या बाजू बघणे म्हणजे सकारात्मक असणे. बरं का! मग आता मला सांगा की आजी इथे येईल तेव्हा आपली मनोवृत्ती कशी असली पाहिजे?''

''आनंदी!'' साराने झटकन उत्तर दिले.

''संयमी!'' मेरी जेन म्हणाली.

''मैत्रीची!'' ब्रॅड उत्तरला.

''आधार देणारी.'' पुन्हा मेरी जेन म्हणाली.

आता लोनी काय म्हणतो आहे याच्याकडे सगळ्यांचं लक्ष होतं.

''समाधान. माझ्या कुटुंबाच्या लेखी महत्त्वाच्या असलेल्या या आजीसाठी काहीतरी चांगलं करायची संधी मला मिळते आहे म्हणून मला समाधान लाभलं आहे. हेच समाधान आजीला माझ्या वागण्याबोलण्यातून जाणवावंसं मला वाटतं.''

''तुमचे वडील अचानक वारल्यावर तुम्ही एकटे पडू नये म्हणून आजी इथे राहायला आली, हा तिचा चांगुलपणा होता. तिचे तुमच्यावर असलेले प्रेम त्यातून दिसून येते. म्हणूनच मला तिच्याबद्दल खूप आदर वाटतो आणि आता तिच्या सेवेची संधी मिळणार म्हणून मला समाधान वाटतं आहे.''

तुमची मनोवृत्ती निवडा : तुम्ही आता जी मनोवृत्ती निवडाल तीच तुमची मनोवृत्ती राहील; त्यामुळे निवडताना सावधपणे निवडा कारण तुमच्या जगण्याचा बरे-वाईटपणा क्षणोक्षणी या मनोवृत्तीवर अवलंबून असतो आणि ही मनोवृत्ती म्हणजे खरं तर तुमच्या वृत्तीचं प्रकटीकरण असतं.

फिश मार्केटमधले लोक कामावर आल्यावर त्या-त्या दिवसाची मनोवृत्ती ठरवतात. त्याकरिता ते चर्चा करतात. निवड करण्याचं सामर्थ्य आपल्यामध्ये आहे आणि या निवडीवर संपूर्ण दिवस बरा जाईल की वाईट हे अवलंबून आहे हे त्यांना ठाऊक आहे.

- मी आता कोणती मनोवृत्ती निवडणार आहे?
- मी अंगीकारलेल्या माझ्या सध्याच्या मनोवृत्ती योग्य आहेत की मी त्यांच्यामध्ये काही बदल करायला हवा आहे?
- माझ्या आयुष्यात मला कोणकोणत्या मनोवृत्ती जास्त प्रमाणात हव्या आहेत?
- भावनांवर आपलं फारसं नियंत्रण नसतं; त्यामुळे त्या कोणत्याही क्षणी डोकं वर काढू शकतात. मात्र, मनोवृत्ती निवडणं आपल्या हातात असतं हे आपल्याला माहीत आहे का?
- आणि मला याची जाणीव आहे का मी निवडलेल्या या मनोवृत्तीचा परिणाम माझ्या भविष्यकालीन भावनांवर होऊ शकतो?

त्या कुटुंबाच्या चर्चासत्रात थोडा वेळ मनोवृत्ती म्हणजेच ॲटिट्यूड या विषयावर चर्चा झाली. अनेक प्रकारचे ॲटिट्यूड मुलांना नव्याने कळले. साराची तारांबळ उडत होती कारण ती प्रत्येक ॲटिट्यूडचं नाव लिहून घेत होती.

मेरी जेनने साराकडे बघितलं. तिच्या मनात विचार आला की *आपण फिश! फिलॉसॉफीचा प्रयोग आपल्या कुटुंबामध्ये करायचा*

ठरवलं ते किती बरं झालं! प्रत्येकजण उत्साहाने आपापल्या कल्पना सांगत आहे. मला आधी का नाही सुचलं फिश!ला घरात घेणं? सारा तर सगळे शब्द लिहून घ्यायला किती मनापासून धडपडते आहे!

अशा प्रकारे त्यांची मिटिंग संपतासंपता ॲटिट्यूडची यादी तर तयार झालीच पण त्याचबरोबर आजीला चकित करण्याचा एक मस्त प्लॅनदेखील तयार झाला होता. त्यांच्या त्या प्लॅनमुळे आजीच्या नक्की लक्षात येणार होतं की, ती या सगळ्यांना मनापासून हवीहवीशी वाटते आहे!

त्यांनी असं ठरवलं होतं की, आधी आजीसाठी 'स्पा'मध्ये अपॉईंटमेंट घ्यायची. तिला तिथे सोडल्यावर तिच्या घरी जाऊन तिच्या आवडीचं एखादं फर्निचर इकडच्या घरातील गेस्ट रूममध्ये हलवायचं. ते झाल्यावर लोनीने तिला 'स्पा'मधून आणायला रवाना व्हायचं. तोवर मेरी जेन आणि मुलांनी खूप साऱ्या फुग्यांनी तिची खोली सजवायची. लोनी तिला घेऊन येईल तेव्हा सजलेल्या घराने आणि प्रसन्न मनाने तिचं स्वागत करायचं! त्यानंतर सगळ्यांनी मिळून बाहेर जेवायला जायचं. जेवताजेवता आजीला विचारायचं की, तिने इकडे राहायला यायचं नक्की केलं असेल तर तिला तिच्या घरच्या कोणकोणत्या वस्तू आणाव्या लागतील. त्याबरहुकूम, तिच्या घरी जाऊन त्या सगळ्या वस्तू आणायच्या आणि मग त्या रात्री क्वीन ॲन हिलवर असलेल्या त्यांच्या घरात ती रात्र आनंदात घालवायची.

"मला वाटतं, आता या क्षणाला आपल्या सगळ्यांचाच ॲटिट्यूड 'झोपाळू' झाला आहे, नाही का?" लोनीच्या या प्रश्नामुळे सगळ्यांनाच हसू आलं. चौघंही झोपण्याच्या तयारीला लागले.

गेल्या अर्ध्या तासात ब्रॅडच्या वागण्यात पडलेला फरक मेरी जेनला प्रकर्षाने जाणवला – 'माझं बाळ आता लहान राहिलेलं नाही. त्याच्यावर कसलं तरी दडपण आल्यासारखं वाटतं आहे. त्याच्याकरिता थोडा वेगळा वेळ काढायला हवा आहे खरं तर! छे! मी आताच त्याच्यासाठी वेळ द्यायला हवा आहे.'

"लोनी, ब्रॅड नीट झोपला आहे का ते पाहून येते हं."

"तुलाही जाणवलं का की आपल्या मघाच्या मिटिंगमध्ये नंतरनंतर तो फारसं काही बोललाच नाही. त्याला कसलं दडपण तर आलं नसेल

ना?''

मेरी जेन ब्रॅडच्या खोलीत गेली, ''ब्रॅड, मी तुला गुड नाईट म्हणायला आले.''

''गुड नाईट मॉम, आज खूप मजा आली.''

''पण नंतर तू फारसं काही बोललाच नाहीस. काय झालं रे?''

''मी शाळेचा विचार करीत होतो. तू नेहमीच सांगतेस की मी शाळेत प्रत्येक गोष्ट अगदी छान केली पाहिजे. ते खूप गरजेचं आहे. पण मला कधीकधी शाळा आवडतच नाही.''

''तुला आता त्याबद्दल बोलायला आवडेल का?''

''मॉम, सगळ्यांसारखं वागण्याकरिता म्हणून तू मनाविरुद्ध कधी काही केलं आहेस का?''

''हो ब्रॅड, आणि त्यामुळे कसं वाटतं ते पण मला चांगलंच ठाऊक आहे.''

''आमच्या शाळेत एक मुलगा आहे. तो जरा वेगळाच वागतो आणि मग त्यामुळे बाकीची सगळी मुलं त्याला खूप चिडवतात. मला ते आवडत नाही पण मी काहीच करीत नाही. मी त्या मुलाकडे पण दुर्लक्ष करतो. तो काही मुद्दाम तसं वागत नाही गं. तो तस्साच आहे. आपण मघाशी ॲटिट्यूडबद्दल बोलत होतो ना, त्यामुळे मी या सगळ्याचा विचार करू लागलो.''

''ब्रॅड, तू तर अगदी मोठ्यांप्रमाणे विचार करू लागला आहेस की! मला तुझा अभिमान वाटतो राजा!''

''मॉम, मी काय करायला हवं, असं तुला वाटतं?''

''मी तुला सांगू शकले असते तर किती बरं झालं असतं! पण तुझं तुलाच ठरवावं लागेल की काय योग्य आहे. मात्र, मी तुला हे नक्की सांगेन की, माझ्या आयुष्यात अनेकदा अशी वेळ आली आहे की एखादी गोष्ट करणं माझ्या दृष्टीने योग्य असलं तरी तसं करायची मला भीती वाटायची. कारण मी तसं केलं तर लोक काय म्हणतील हा विचार मला छळायचा. माझ्या मते आपण मघाशी जे बोललो ना त्याचा तू छान विचार कर. कदाचित तुला त्यातूनच एखादी युक्ती सुचेल.''

''थँक्स मॉम.''

''गुड नाईट ब्रॅड, I love you!''

मेरी जेन या विचारांच्या नादातच बाथरूमकडे निघाली.

"तुझ्या मनात असेल तसेच होवो!"

"लोनी, अरे मी दचकले ना!" मेरी जेन म्हणाली, "टीनएजला आलेल्या मुलांचं आयुष्य किती कठीण असतं, नाही का? आज आपण आईसाठी जो सरप्राईज प्लॅन तयार केला तो फारच छान जमला आहे. आपण माझ्या आईला चर्चेत सहभागी नाही करून घेतलं हेच बरं झालं. नाही तर ती इथे राहायला येईपर्यंत उगाचच स्वत:ला शिणवत राहिली असती की, 'मी इथे यायचा निर्णय घेतला तो योग्य होता का?' पण आता तिला विचार करायला वेळ मिळेल आणि कशाचाही ताण येणार नाही. आपली युक्ती चांगली लागू पडेल, असं वाटतं."

"तुला असं वाटतं का की, ती इथे राहायला तयार होईल?"

"मी अशी आशा करते लोनी."

"आपल्याला दोघांना पण एकमेकांशी थोडं बोलायचं होतं. आता बोलूया का?" तिच्याजवळ बसत लोनीने विचारलं.

"नक्कीच. मला अजूनही ते डाचतं आहे. शिवाय झोपही अनावर झालेली नाही. ब्रॅडशी बोलल्यामुळे मला माझं टीनएज आठवलं. तो काळ त्रासदायक ठरू शकतो. एक मिनिट थांबतोस का? मी पटकन ब्रश करून येते."

तेवढ्यात त्यांच्या दारावर टकटक झाली. त्यांनी पाहिलं तर ब्रॅड तिथे उभा होता.

"बहुतेक साराला वाईट स्वप्न पडलं. ती खूप रडते आहे."

त्या दोघांचं संभाषण त्या रात्री पूर्ण होऊ शकलं नाही.

नातेसंबंध टिकवायला
आवश्यक असणारा संवाद
सहजच लक्षात येतो.

कारण तो नेहमीच
पुढे ढकलला जातो.

आजी कोणता निर्णय घेईल?

त्या दिवशीच्या मिटिंगला बघताबघता तीन आठवडे झाले. आजीला घरी आणून सरप्राईज देण्याचा दिवस उजाडला.

मेरी जेनने कसेबसे डोळे उघडून घड्याळात पाहिलं आणि ती अंथरुणातून ताडकन् उठलीच. पटकन् ती मुलांच्या खोलीकडे गेली. "ब्रॅड ऊठ, सारा चला..." असं म्हणत ती साराच्या खोलीचं दार उघडून आत शिरली तर काय? सारा तयार होऊन बसली होती.

"सारा, कधी उठलीस तू?"

"मॉम, मला ना सारखी आजीची आठवण येत होती; त्यामुळे मला झोपच नाही लागली. मॉम, माझा आताचा ॲटिट्यूड 'आनंदी' आहे हं! साराच्या बाजूला पलंगावर बसत मेरी जेनने तिला कुशीत घेतलं. तिच्या गालावर गाल घासले. "सारा, तू किती गुणाची आहेस गं! आपलं परवाचं बोलणं लक्षात घेऊन तू त्यानुसार छान ॲटिट्यूड पण ठेवलास. शाब्बास!" दोघीजणी काही वेळ न बोलता तशाच बसून राहिल्या. मग मेरी जेन म्हणाली, "बरं झालं तू पटकन् उठून सगळं आवरलं आहेस ते. मला स्वयंपाकघरात थोडी मदत करतेस? म्हणजे डॅडला थोडा वेळ झोपता येईल. ब्रॅडला मात्र उठवायलाच हवं. आता तू त्याला उठवून मग माझ्या मदतीला खाली येतेस का?"

"उठतो, उठतो मी. जरा शांत राहा गं!"

"मॉमनेच सांगितलं आहे, तुला उठव म्हणून. तुझ्या लक्षात आहे ना आपल्याला आजीला आणायला जायचं आहे ते."

"आज येणार आहे का आजी? आज शनिवार आहे का? हा मी उठलोच."

सारा स्वयंपाकघरात पोहोचली तेव्हा मेरी जेनने टेबलवर चौघांसाठीही सिरिअल काढून ठेवलं होतं.

"उठला का तुझा भाऊ?"

"उठतो आहे. त्याला वाटलं आज शाळा आहे."

"गुड मॉर्निंग."

"ए आमच्या आवाजानं जाग आली का तुला?"

"छे गं! मी आधीच जागा झालो होतो. आज आईला आणायचं

आहे ना? तिला किती वाजता 'स्पा'मध्ये सोडायचं आहे, मी किती वाजता तिच्याकडे जाऊ?''

''मला वाटतं, तू आठ वाजता निघालास तरी चालेल. आपल्याला ब्रेकफास्ट करायला चक्क अर्धा तास मिळतो आहे. अहाहा! किती आरामात खाता येईल आज.''

मेरी जेनने आपल्या आईकरिता अर्ध्या दिवसाचं पॅकेज निवडलं होतं. त्यामध्ये मसाज, केसांची ट्रीटमेंट आणि मॅनिक्युअरचा समावेश होता. शिवाय मध्ये एकदा थोडंसं खायला पण देणार होते. या सगळ्याला चार तास लागणार होते. या चार तासांत त्यांना आजीच्या घरी जाऊन तिच्या बेडरूममधलं एखादं फर्निचर आणून ते क्वीन ॲन हिलवरच्या त्यांच्या बंगल्यातल्या तिच्यासाठी सजवलेल्या खोलीत ठेवायचं होतं. याव्यतिरिक्त 'Movers and Packers'चा छोटा ट्रक आणि दोन माणसं पण मेरी जेनने सांगून ठेवली होती. त्या दिवशीच्या सगळ्या कार्यक्रमाची प्रिंटदेखील मेरी जेनने काढली होती. ती तिने लोनीच्या हातात दिली.

''काय गं, मला भेटायच्या आधी तू नासामध्ये कामाला होतीस का? काय मस्त शेड्युल तयार केलं आहेस तू.'' इतकं बोलून लोनी निघाला. तितक्यात ब्रॅडसुद्धा एकदम तयार होऊन खाली उतरला. ''हाय ब्रॅड, आजीला स्पामध्ये सोडून मी पुन्हा तिच्या घरी जातो. आपण तिथे भेटू.''

आजीच्या घरी पोहोचल्यावर त्या चौघांनी तिच्या पलंगाचा हेडबोर्ड काढून आणला. आजी इकडे राहायला आल्यावर तिचा पलंग साधारण कुठे ठेवता येईल या अंदाजाने तो हेडबोर्डवर त्यांनी गेस्टरूममध्ये बसविला. ती खोली आणि हॉल त्यांनी फुगे लावून मस्तपैकी सजवला. मग लोनी आजीला आणायला निघाला. जाताजाता त्याने त्या सजवलेल्या खोलीकडे पाहून म्हटलं, ''मी आता आजीला घेऊन साधारण तासाभरात येतो. मला तर ही खोली खूप आवडली आहे. तिलाही आवडेल, अशी आशा करूया.''

सिल्व्हर स्पाच्या रिसेप्शन डेस्कला लोनी ठरलेल्या वेळेत पोहोचला. ''मी मिसेस इडा गोमेझ यांना भेटायला आलो आहे.''

''मला वाटतं, त्या मागच्या अंगणात नाश्ता करीत आहेत. मी

सांगते त्यांना तुम्ही आला आहात म्हणून.''

लोनीने तिथे असलेलं एकुलतं एक मॅगझिन उचललं. त्याने ते चाळायला सुरुवात केली तेवढ्यात आजी येऊन पोहोचलीच. तिच्या केसांची आकर्षक स्टाईल केलेली होती.

''मस्तच दिसत आहात तुम्ही!'' लोनीने म्हटलं.

''खरं तर मी तुला आणि मेरी जेनला थँक्स म्हणायला हवं. तुम्ही दोघांनी मला फार सुंदर ट्रीट दिली आहे.''

''त्यात काय एवढं मोठं! मी आता तुम्हाला तुमच्या घरी सोडतो. पण त्याआधी आपण आमच्या घरी जाऊ या का? तुम्हाला काहीतरी 'स्पेशल' दाखवायचं आहे.''

''काहीच हरकत नाही. मेरी जेन आणि मुलं असतील का घरी?''

''हो!''

''चल मग लगेच निघू या.'' तिने लोनीच्या हातात हात घातला आणि दोघंही त्याच्या गाडीकडे निघाले. घरी पोहोचल्यावर लोनी स्वत: मुद्दामच जरा मागे राहिला. आजीने पुढे होत दार उघडलं आणि फुग्यांनी सजविलेला हॉल पाहून ती चकितच झाली. ''तुमच्याकडे आज पार्टी आहे का?''

तेवढ्यात लपून बसलेले मेरी जेन, ब्रॅड आणि सारा आपापल्या जागेवरून बाहेर आले. तिघांच्याही हातात पांढऱ्या सॅटिन रिबनने बांधलेले लाल गुलाबांचे गुच्छ होते.

''सरप्राईज! सरप्राईज! सरप्राईज!'' तिघांनी गुच्छ पुढे करीत जल्लोष केला.

आजी जरा गोंधळली. आज आपला वाढदिवस नाही हे तिच्या पक्कं लक्षात होतं. ती अजून एवढी विसरभोळी झाली नव्हती. ''आज आहे तरी काय?''

मेरी जेन आणि साराने तिचे हात धरून तिला गेस्टरूमकडे नेलं. आत गेल्यावर सगळ्यांनी ते गुलाब वेगवेगळ्या फुलदाण्यांत ठेवले. तिथे असलेला तो हेडबोर्ड पाहून आजी अवाक्‌च झाली. ''अरे, हा तर माझा हेडबोर्ड आहे.''

साराने लगेच तोंड उघडलं, ''आजी, हा हेडबोर्ड या खोलीत किती छान दिसतो ना? आम्हाला वाटतं की तुला जर हा इथे ठेवलेला

आवडला तर मग तुझ्या बाकीच्या गोष्टीही इथे ठेवलेल्या तुला नक्कीच आवडतील. आजी, तू आता इथेच राहाशील का गं? आम्हाला खूप आवडेल ते.''

''खरंच की, तुम्हाला अगदी मनापासून असं वाटतं की, मी तुमच्याबरोबर राहावं? मला तर वाटत होतं की...'' आजीला आपल्यावरच्या या प्रेमाच्या वर्षावाने इतकं गदगदून आलं की तिला पुढे काहीच बोलवेना.

साराचा मुद्दा योग्यच होता. आजीला फक्त हे कळणं आवश्यक होतं की, ती सगळ्यांना हवी आहे आणि तीही या घरात. या एका जाणिवेबरोबर तिच्या मनात कुठलंही द्वंद्व उरलं नाही. ती राजीखुशीनं त्या घरात राहायला तयार झाली. इतकी की पुन्हा तिने स्वत: कधीच तिच्या घराचा विषय काढला नाही. या घराला मनापासून 'आपलं' म्हणायला तिला जेमतेम अर्धाएक मिनिट लागलं असेल.

आता तर तिला तिचं सामान आणायला तिच्या जुन्या घरी जायचीदेखील इच्छा नव्हती; त्यामुळे तिने साराबरोबर घरी राहाणंच पसंत केलं. मग काय कॉफी आणि केक खाल्ल्यावर मेरी जेन, ब्रॅड आणि लोनी 'ट्रक आणि माणसां'ना सामोरे गेले.

सारा आजीला फिश! बद्दल सांगते.

''आजी, मी वर बसून काय करते ते पाहायचं का? माझी ना एक फिलॉसॉफी आहे.''

''काय बाळा, काय आहे?''

''फि-लॉ-सॉ-फी! फिश! फिलॉसॉफी!''

''एवढीशी सात वर्षांची चिमुरडी तू, तुझी कसली आली आहे फिलॉसॉफी?''

''अगं आजी, आपल्या सगळ्या कुटुंबाचीच फिलॉसॉफी आहे बरं का! चल ना, मी तुला दाखवते.'' पुन्हा एकदा आजीचा हात हातात घेऊन सारा तिला ऑफिसमध्ये घेऊन गेली.

''आजी, तुझ्यासाठी स्पेशल डेस्क येईपर्यंत तू ना माझ्याच बरोबर शेअर कर. आधी आमच्या लक्षात नाही आलं तुझ्यासाठी डेस्क आणून

ठेवायला हवं म्हणून.''

''सारा, मला आवडेल, तुझं डेस्क शेअर करायला. आता सांग मला फिश! फिलॉसॉफी म्हणजे काय ते!''

''मॉम आणि डॅड त्यांच्या कामाच्या जागी ती फिलॉसॉफी वापरतात. म्हणजे काम करताना मजा मजा करायची. दुसऱ्यांकरिता चांगल्या गोष्टी करायच्या. कुणी तुमच्याशी बोलत असतं तेव्हा त्याच्याकडे नीट लक्ष द्यायचं. इथपर्यंत सगळं मला छान कळलं. पण हे करत असताना आपण आपला ॲटिट्यूड ठरवायचा. हा ॲटिट्यूडचा भाग मला सगळ्यात कठीण वाटतो. माझा ॲटिट्यूड निवडणं मला सोप्पं जावं म्हणून मी बघ काय केलं आहे?''

तिच्या डेस्कवर गोल गोल स्टिक नोट्सवर एकेक ॲटिट्यूडचं नाव होतं. डेस्कच्या एका बाजूचे ॲटिट्यूड होते 'आनंदी', 'सकारात्मक', 'प्रेमळ', 'मदत करणारा', 'काळजी घेणारा', 'मैत्री'... चिक्कार नोट्स चिकटवलेल्या होत्या. डेस्कच्या दुसऱ्या बाजूची ॲटिट्यूडची यादी त्या मानाने छोटीशी होती. त्यातली काही नावं होती 'लहरी', 'उतावीळ', 'चिडका', 'चिकित्सक'... ''आम्ही त्या दिवशी ॲटिट्यूडबद्दल बोलत होतो ना, तेव्हाच मी सगळे शब्द लिहून काढले. आता मी प्रत्येक ॲटिट्यूडचे बिल्ले बनवते आहे. म्हणजे ते आपल्याला कपड्यांवर अडकविता येतील. आजी, मी तुझ्यासाठी एखादा ॲटिट्यूड बिल्ला करू का गं?''

''हो राजा, नक्की कर.''

''कुठला ॲटिट्यूड आवडेल तुला?''

''तुझ्याकडे 'अभिमान' असा ॲटिट्यूड आहे का?''

''मला दिसत नाही. तुला दिसतो का? आजी, अगं तू का रडते आहेस? तुला 'दु:खी' ॲटिट्यूड पण हवा आहे का?''

''सारा, मी मुळीच दु:खी नाही. अगं हे अश्रू आनंदाचे आहेत. मला तुझा खूप अभिमान वाटतो आणि तो व्यक्त करण्यासाठी मला 'अभिमान' असं लिहिलेला बिल्ला हवा आहे.''

''आजी, या बिल्ल्यामध्ये ही सेफ्टी पिन अडकवायला मदत करतेस का? तुला माहीत आहे का, 'अभिमान' हा माझा पूर्ण झालेला पहिला बिल्ला आहे.''

''हो, आण इकडे. आता मला सांग, तुझ्यासाठी यातला कुठला बिल्ला निवडायचा?''

''मला ना 'पिडू नको' असा बिल्ला हवा आहे. मॉम म्हणते की, मी कधीकधी ब्रॅडला पिडते. तो किनई खूपदा मला चिडवतो. मग मला त्याचा राग येतो म्हणून मी त्याला पिडते. 'फिट्टम फाट' हो की नाही? पण आता मला 'पिडू नको' असा ॲटिट्यूड बिल्ला हवा आहे.''

''मला तरी तो इथे दिसत नाही. तुला नवीन बनवावा लागेल.''

''आजी, 'पिडू'चा 'डू' पहिला की दुसरा गं?''

एकमेकांशी गप्पा मारत त्या आपलं काम करीत राहिल्या. थोड्याच वेळात घराचं दार उघडल्याचा आणि त्यापाठोपाठ मेरी जेनच्या 'हॅल्लोऽऽ'चा आवाज त्यांना आला.

''मॉम, आम्ही वरती आहोत.'' सारा म्हणाली. त्याचवेळी आजीही म्हणाली, ''बेटा, आम्ही वरती आहोत.''

सगळेजण तडक वर पोहोचले. साराने पुन्हा एकदा आपलं प्रोजेक्ट समजावून सांगितलं. तिच्या त्या नव्याने बनविलेल्या 'पिडू नको' बिल्ल्याबद्दल ब्रॅडच्या मनात जरा शंकाच होती; पण तरीही त्याने तिचं कौतुक केलं. आपल्याला कुठला बिल्ला हवा आहे यावर ब्रॅडने चिक्कार विचार केला आणि मग 'मदत करणारा' हा बिल्ला त्याने स्वत:साठी निवडला. लोनीने 'विचारी' हा बिल्ला घेतला तर मेरी जेनने दोन-दोन बिल्ले उचलले. त्यातला एक होता 'आता' आणि दुसरा होता 'इथे'. तिचं ध्येय होतं 'तन्मयता'; त्यासाठी तिला हे दोन्ही बिल्ले उपयोगी पडणार होते. तिच्या या निवडीमुळे सगळ्यांची उत्सुकता चाळवली म्हणून मग तिने त्यांना समजावून सांगितलं, ''आपल्या आयुष्यात रोज इतकं काही घडतं ना की कशालाच वेळ पुरत नाही; त्यामुळे हे सगळंच व्यवस्थित निभावण्याकरिता मला विशेष प्रयत्न करायची गरज आहे आणि जेव्हा जेव्हा मी एखादी गोष्ट करीन तेव्हा तेव्हा ती पूर्ण तन्मयतेने करता येणं अत्यंत गरजेचं आहे. त्यासाठी 'आता' आणि 'इथे' या दोन्हींची गरज आहे. म्हणजे असं की, आता एखादी गोष्ट करत असताना काल आणि उद्या या दोन्हींचा विचार मला मनातून बाजूला करता यायला हवा. हो की नाही? म्हणजे माझं ऑफिसचं काम असो, घरचं असो, बाहेरचं असो, अगदी शॉपिंग असो किंवा ब्युटी पार्लरमध्ये

जाणं असो, मला प्रत्येक ठिकाणी फिश! फिलॉसॉफीचा वापर करायला आवडेल. आलं लक्षात?''

त्या संध्याकाळी जेव्हा दोन्ही नातवंडं आजीबरोबर रमली तेव्हा कुठे मेरी जेन आणि लोनीला त्यांचं अनेक दिवस राहिलेलं 'बोलणं' सुरू करायला वेळ मिळाला.

मेरी जेन लोनीला म्हणाली, ''मला इतक्यात झोप येणार नाही. तुझं काय? तुलाही झोप आली नसेल तर आपण त्या दिवशीचं अर्धवट राहिलेलं आपलं बोलणं पूर्ण करूया का?''

''माझी काहीच हरकत नाही. पण त्याआधी एक सांगावंसं वाटतं, ते म्हणजे तू आज जे बिल्ले निवडलेस ना ते मला खूप आवडले. स्वत:च्या मनोवृत्तीचा तू अप्रतिम विचार केलास. फिश! फिलॉसॉफीचे वेगवेगळे घटक परस्परपूरक आहेत, यात काही वादच नाही. आजच्या तुझ्या निवडीवरून तू दाखवून दिलंस की एका घटकाच्या वापराने दुसरा घटक जास्त मजबूत बनू शकतो. फारच आवडली मला, तुझी विचार करायची ही पद्धत.''

''मेरी जेन, मी मार्केटमध्ये अधिकतर वेळा अशा परस्परपूरक घटकांचा वापर करीत होतो. तिथे अशा अनेक गोष्टी होत्या, त्या मला आवडत नव्हत्या आणि बदलायच्या होत्या. अनेकदा मला माझी स्वत:ची परिस्थिती बदलून टाकावीशी वाटायची. परंतु एकाएकी खूप उलथापालथ करून बदल करण्याऐवजी मी स्वत:ला चांगल्या, खेळकर मूडमध्ये ठेवत राहिलो. येनकेनप्रकारेण इतरांच्या जीवनात आनंद आणायचा प्रयत्न केला. माणुसकीची भावना हृदयात सतत जागी ठेवली. हे करत असताना स्वत:ची मनोवृत्ती अतिशय जाणीवपूर्वक निवडली. या लहानसहान वाटणाऱ्या गोष्टींचं भान राखलं ना तर प्रत्येकजण खंबीर बनू शकतो.''

''आणि तू सुचविल्याप्रमाणे आपण आता बोलायला काहीच हरकत नाही. आपण आज जे काही केलं, म्हणजे आईला घरी घेऊन आलो; त्यामुळे मुलांसमोर आपण एक छान उदाहरण ठेवलं आहे. आजचा दिवस इतका आनंदात आणि उत्साहात गेला ना की, माझी झोप तशी पण उडालीच आहे. चल, काहीतरी प्यायला घेऊन मग वरच्या ऑफिसमध्ये जाऊन बसूया. रात्रीच्या अंधारात लाखो दिव्यांच्या झगमगाटात उजळलेलं सिॲटल कितीतरी दिवसांत बघितलंच नाही. शिवाय आपण

मुख्य विषयाला हात घालायच्या आधी मलाही तुला काहीतरी विचारायचं आहे.''

लग्न टिकवण्यासाठी सुसंवादाची गरज

दोघंही वरच्या ऑफिसमध्ये बसल्यावर लोनी म्हणाला, ''मी मघाशी उल्लेख केल्याप्रमाणे मला तुला जे काही सांगायचं आहे ते मी आधी सांगू का? तुला आठवतं का; मी तुला म्हटलं होतं की, एकतर माझं एक देणं मला द्यायचं आहे आणि दुसरं म्हणजे जॅकच्या मनात माझ्यासाठी काहीतरी 'सरप्राईज' योजना आहे.''

''हो, या दोन्ही गोष्टींचा तू उल्लेख केला होतास, हे मला आठवतं.''

''तुझा विश्वास बसणार नाही; पण मी फिश मार्केटमध्ये शनिवार-रविवार पार्टटाइम बेसिसवर काम करू शकतो, असं जॅकने मला सांगितलं आहे. अर्थात अगदी याच शनिवारी मी कामाला सुरुवात केली पाहिजे असं नाही. उलट, त्याच्या मते मी माझ्या कॉलेजच्या आणि हॉस्पिटलच्या रूटीनला सरावलो की, मग मी फिश मार्केटचं पार्टटाइम काम सुरू करावं. मी तिथे पूर्वी जेवढे पैसे मिळवत होतो, त्याच्या साठ टक्के पगार मला द्यायला तो तयार आहे. मग मला 'शैक्षणिक कर्ज' काढायचीही गरज पडणार नाही. तुझ्याशी बोलून, तुझं मत लक्षात घेऊन मगच मी माझा निर्णय जॅकला सांगणार आहे.''

त्याचं बोलणं संपल्यावर मेरी जेन एक अवाक्षरही न उच्चारता हातात डोकं धरून स्तब्ध बसली. कितीतरी वेळ ती तशीच बसून राहिली. खोलीतलं वातावरण एकदम थंडगार झाल्यासारखं वाटलं. ती आता बोलेल, मग बोलेल असा विचार करून लोनीने थोडा वेळ वाट पाहिली; पण शेवटी ती शांतता असह्य होऊन तो म्हणाला, ''अगं, काय झालं? माझं काही चुकलं का? तुला काही होतंय का?''

उत्तरादाखल तिने वर पाहिलं तर तिचे डोळे अश्रूंनी डबडबलेले होते. ''मला या क्षणाला आपल्या दोघांचाही भयंकर संताप आणि वैताग आला आहे. माझा याच्यासाठी की मी गोष्टी या थराला जाऊ दिल्या आणि तुझा याच्यासाठी की तुला आता दुसरं काहीच नको आहे. शनिवार-रविवारी काम करण्याची इच्छा तुला होणं याचाच स्पष्ट अर्थ

असा आहे की, लग्नसंस्थेचा विचार करता आपण दोघं दोन ध्रुवांवर आहोत. ते चांगलं की वाईट हे मला कळत नाही. फक्त एवढंच समाधान आहे की आपली आयुष्यं अजून समांतर रेषेत बदललेली नाहीत.''

''मला हा जो तीव्र संताप आला आहे ना त्यामुळेच स्पष्ट बोलण्याची जास्त गरज आहे. आपल्या सहजीवनाचा संपूर्ण आढावा घेण्याची वेळ आलेली आहे, असं मला वाटतं.''

''आपण लग्न करताना कोणत्या अपेक्षेनं केलं होतं? आपलं लग्न म्हणजे काय फक्त वार्धक्याची बेगमी आहे का? म्हणजे येणाऱ्या भविष्याच्या तरतुदीच्या चिंतेत वर्तमानाचा प्रत्येक क्षण फक्त पैसा-पैसा जोडण्यात घालवायचा का? आणि जर हेच करायचं असेल तर ते अजून किती काळ करीत राहायचं आहे?''

''तू इतकी संतापली आहेस याच्यावर माझा विश्वासच बसत नाही. माझ्या दृष्टीने ही एक छोटीशी बाब आहे आणि म्हणूनच मुख्य विषयाला हात घालण्याआधी हा विषय संपवावा, असा मी विचार केला होता; पण तुझी प्रतिक्रिया पाहून आता असं जाणवतं की, मला वाटतं तितकी ही बाब क्षुल्लक नाही. उलट जरा जास्तच गंभीर आहे.

''मेरी जेन, तुलाही हे माहिती आहे की, मी स्वत:चा सगळा खर्च स्वत:च करीत आलो आहे. डोक्यावर कोणाचं ऋण नसणं आणि त्याचवेळेस गाठीशी चार पैसे असणं ही माझ्या लेखी सुरक्षिततेची व्याख्या आहे; त्यामुळे सुरुवातीला आर्थिक व्यवहार तुझ्या ताब्यात देणं मला कठीण गेलं; पण ते आवश्यक होतं. एकतर तू माझ्याहून जास्त कमावतेस आणि मुळात तुला 'फायनान्स' या विषयात गती आहे आणि माहितीदेखील. कितीही नाही म्हटलं तरी पुरुषप्रधान संस्कृतीचा थोडाफार पगडा अजूनही असल्यामुळेच घरातल्या स्त्रीच्या हातात आर्थिक नाड्या असणं शंभर टक्के मान्य होतंच असं नाही ना! किंवा आपल्या हातात काहीच उरत नाही, अशी भावनादेखील त्यामागे असू शकते म्हणा.

''तरीदेखील मला असं वाटलं होतं की शैक्षणिक कर्ज न घेतादेखील आपलं शिक्षण पूर्ण करणं आणि त्याबरोबरीने घरखर्चाला थोडा हातभार लावणं मला शक्य होईल. तुलादेखील याचा आनंद होईल, असं मला वाटलं होतं.

"तुला हे जरा विचित्र वाटू शकतं; पण आपलं नातं ही ओढूनताणून बनविण्याची गोष्ट आहे असं मला कधीच वाटलं नाही. माझ्या मते आपण ज्या परिस्थितीत राहातो आहोत ती परिस्थितीच आपल्याला काय करायचं ते सांगत असते. 'आलेला क्षण सार्थकी लावणं' एवढंच आपल्या हातात असतं. अर्थात मी आपल्या या घरासंबंधी असा विचार का केला ते नाही सांगता येणार. कारण फिश मार्केटच्या संदर्भात मी असा विचार कधीच केला नव्हता. तिथे आम्हाला खात्री होती की, आम्ही सगळे मिळून काहीतरी अफलातून घडवून आणू शकतो आणि आम्ही खरोखरच तसं घडवून आणू शकलो.

"हे बघ मेरी जेन, आपल्याला कर्ज घेण्याची गरज निर्माण झाली किंवा कर्ज घ्यावंच लागणार आहे अशी परिस्थिती आली तर माझ्या भीतीवर मात करण्याचा प्रयत्न मी नक्कीच करेन; पण त्याचबरोबर ही भीती माझ्यात किती खोलवर रुजली आहे हे तू लक्षात घ्यावंस आणि त्या पार्श्वभूमीवर माझी मानसिकता समजून घ्यावीस, असं मला वाटतं. मी अनेकदा अनेक बेघरांना मार्केटमध्ये पाहिलं आहे. प्रत्येक वेळी त्यांच्या जागी मला स्वत:चा चेहरा दिसायचा. मीसुद्धा असाच एखादा बेघर म्हणून जगलो असतो. यात कुठेही अतिशयोक्तिचा भाग नाही हे लक्षात घे. नशिबाने साथ दिली म्हणून बरं."

मेरी जेनने उत्तर द्यायच्या आधी स्वत:च्या मनात डोकावून पाहिलं.

"लोनी, मला तुझ्याबरोबर राहायला आवडतं. माझं तुझ्यावर मनापासून प्रेम आहे. तू ज्या पद्धतीनं मुलांबरोबर वावरतोस, ते मला आवडतं. त्या दोघांनाही तुझ्याकडून खूप काही शिकायला मिळतं. आज इतक्या वर्षांनंतरही तू येताना दिसलास की, माझ्या अंगावर रोमांच उठतात. तुझी प्रामाणिक तळमळ, तुझा सच्चेपणा, तुझी विनोदबुद्धी हे सारं आजही मनाला तितकंच भावतं; त्यामुळेच आपल्या दोघांचा असा जो वेळ आहे ना तो माझ्या लेखी अमूल्य आहे. आयुष्यातला प्रत्येक क्षण गेला की गेलाच. हो की नाही? त्यामुळे माझं एवढंच म्हणणं आहे की, वेळेचा ताळमेळ घालताना आयुष्यामध्ये समतोल राखला गेला पाहिजे. जगताना जे आणि जसं समोर येईल ते आणि तसंच जगण्यापेक्षा आपल्याला काय आणि कसं जगायचं आहे हे आपण ठरवायला हवं.

“आपला वर्तमानकाळ सुंदर असावा यात काही शंकाच नाही; पण आपला भविष्यकाळदेखील चांगलाच असायला हवा ही माझी इच्छा आहे. आपण दोघांनी लग्न केलं ते सुखासाठी. उरापोटी धावून केवळ पैशाच्या मागे लागायचं आणि त्या नादात सगळ्या सोनेरी क्षणांना तिलांजली द्यायची हे मला कदापि आवडणार नाही. माझ्या दृष्टीने वैवाहिक जीवनाचं मोल पैशात होणार नाही. ‘पैसे की सौख्य’ असं विचारलं तर मी सौख्याला महत्त्व देईन आणि तरीही दोन्हींत समतोल राखला जातो ना याचं भान ठेवेन. शिवाय आपल्यामधला सुसंवाद माझ्याकरिता खूप महत्त्वाचा आहे. तू मला सांग, तुमच्या मार्केटमध्ये तुम्हा सर्वांमध्ये मनमोकळा संवादच साधला गेला नसता तर आज जी ऊर्जा जाणवते आहे, ती तशी जाणवली असती का?”

“खरं आहे तुझं म्हणणं. आम्ही सातत्याने संवाद साधत राहिलो. त्यातूनच आम्ही गंभीर, क्लिष्ट समस्यांवर तोडगे काढायला शिकलो. ॲटिट्यूड, प्रेरणा, गृहीत धरणं या साऱ्या बाबी आम्हाला जाणवल्या त्या संवादामुळेच. त्याशिवाय कौशल्य, सादरीकरण आणि सुरक्षितता या बाबींचादेखील आम्ही विचार केला. आज सगळं जग आम्हाला ओळखतं ते मात्र आमच्यात फुललेल्या मानव्य भावनांमुळेच.” लोनी उत्तरला.

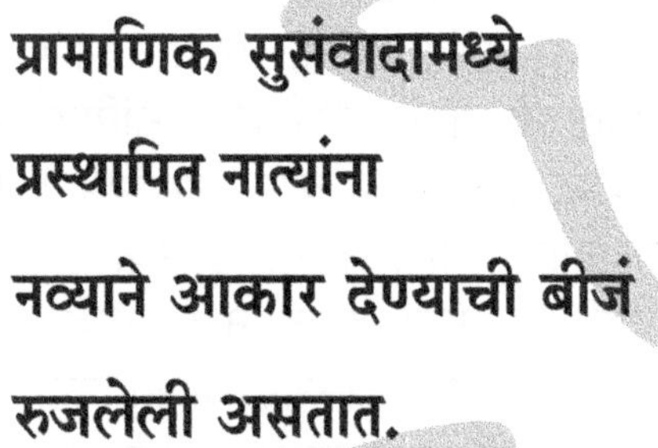

प्रामाणिक सुसंवादामध्ये
प्रस्थापित नात्यांना
नव्याने आकार देण्याची बीजं
रुजलेली असतात.

''मेरी जेन, तू म्हणत असशील तर मी वॉशिंग्टनची ऑफर नाकारतो. अगं, मला माझ्या सध्याच्या अनुभवावर आणि शिक्षणावर इथेच नर्सिंगशी संबंधित काम मिळू शकतं. अगदी सोमवार ते शुक्रवार.''

''छे! छे! लोनी, तू असं काहीही करू नकोस. तुला जेव्हा वॉशिंग्टनमध्ये ॲडमिशन मिळाली तेव्हा तर मला प्रचंड आनंद झाला होता. LPN कोर्स पूर्ण करत असताना तुझा आत्मविश्वास कसा दुणावत गेला याची मीच तर साक्षीदार होते. तुझी प्रगती पाहाताना मला खूप समाधान मिळत गेलं.''

''मेरी जेन, तू मघाशी विचारलेल्या प्रश्नामुळे मी विचारात पडलो आहे. आपण लग्न कोणत्या अपेक्षेनं केलं होतं, या लग्नाने आपण काय साधणार आहोत, असं काहीसं तू विचारलंस. तर मग आपण याच विषयावर बोलूया. आपण कितीतरी गोष्टी एकमेकांना सांगितलेल्याच नाहीत. प्रत्येक शनिवार-रविवारी मार्केटमध्ये काम करण्यामागे माझा काहीतरी उद्देश आहे. तो तुला माहीत नाही. तसंच, तू सोशल वर्कमध्ये स्वत:ला इतकं का झोकून देतेस, हे मला कळत नाही. तेव्हा आपण सर्वांत आधी या दोन्ही प्रश्नांच्या मुळाशी जाऊया. आम्ही मार्केटमध्ये करतो ना तसंच. आपण एकमेकांशी लग्न करताना आपल्या मनात काय होतं? आपल्या मनातले विचार वास्तवात आणण्याच्या दृष्टीने आपण दोघांनी काय काय प्रयत्न केले? आपण वरचेवर ही चाचपणी केली पाहिजे. त्याची सुरुवात आजच करूया, चल.''

''कुठून करायची सुरुवात?''

''अर्थात सगळ्यात आधी 'पैसे' आणि मग वेळ असलाच तर आपलं सेक्स लाईफ.''

''लोनी –''

लोनीच्या डोळ्यांत मिश्कील हसू उमटलं.

''माझ्या स्वत:पुरतं बघायचं तर प्रत्येक शनिवार-रविवारी मार्केटमध्ये काम करण्यापेक्षा घरी तुमच्याबरोबर राहाणं मला जास्त आवडेल. तुम्हाला कोणाला कल्पना नाही पण मार्केटमधल्या दिवसभराच्या कामानंतर शरीराचा कणन्‌कण बोलू लागतो. प्रचंड थकायला होतं. तिथे काम करणाऱ्या कोणालाही तू हे विचार. प्रत्येकजण तुला हेच सांगेल. पण ती काळाची आणि पर्यायाने माझीदेखील गरज होती आणि म्हणूनच मी

ते काम करत राहिलो. माझ्यावर विश्वास ठेव. कोणत्याही क्षणी मार्केट सोडायची माझी तयारी आहे. आता मुख्य मुद्दा आहे तो पैशांचा. आपली परिस्थिती कितपत मजबूत आहे? शिवाय कोणकोणत्या इतर कार्यक्रमांची जबाबदारी आपण घेतलेली आहे?''

''मला या क्षणाला प्रकर्षाने जाणीव होते आहे की, मी अनेक जबाबदाऱ्या स्वत:वर ओढवून घेतल्या आहेत आणि असं करण्याआधी त्यांपैकी काहीच तुझ्या कानावर घातलं नाही. मग तुझा विचार जाणून घेणं तर दूरच राहिलं. नुकत्याच झालेल्या माझ्या प्रमोशनच्या अनुरोधाने मी कम्युनिटी मिटिंग्जमध्ये माझ्या संस्थेची प्रतिनिधी म्हणून उपस्थित राहाण्याची जबाबदारी घेतली आहे. अर्थात माझ्यावर वेळेची काटेकोर बंधनं नाहीत त्यामुळे मी ते आपल्या सोयीने करू शकते; पण मी तुझ्याशी त्याबद्दल काहीच चर्चा केली नाही हे माझं चुकलंच.''

''मेरी जेन, उलटपक्षी तू आपणहून अशा जबाबदाऱ्या स्वीकारण्यात पुढाकार घेतेस हे पाहून मला नेहमीच तुझा अभिमान वाटतो. तरीदेखील एक लक्षात घे की, शनिवार-रविवार कम्युनिटीकरिता सेवा देणं आणि शनिवार-रविवार मार्केटमध्ये काम करणं या दोन विभिन्न गोष्टी आहेत. मला माझ्या आवडीचं काम करायला मिळणार म्हणून मी इतका उत्तेजित नव्हतो झालो. मला त्या वेळात काम करण्याचा जो मोबदला मिळणार आहे, तो माझ्या दृष्टीने महत्त्वाचा आहे. मी बदलासाठी पूर्णपणे तयार आहे. मला असं वाटतं की, कम्युनिटीमध्ये फर्स्ट गॅरेंटीची प्रतिनिधी म्हणून वावरण्यात पैशापेक्षाही तुझ्या वैयक्तिक आणि व्यावसायिक वाढीला वाव मिळणार आहे. माझं हे वाटणं बरोबर आहे का?''

''हो, सुरुवातीला मलाही असंच वाटत होतं. पण आता मात्र मला खात्री वाटत नाही. मी ज्या स्तरावर पोहोचले आहे त्याचा विचार करता थोडा कमी वेळ दिला तरी विकास आणि चॅलेंज या दोन्ही आघाड्यांवर सरशी होऊ शकते. त्याहीपलीकडे जाऊन विचार केला ना तर असं जाणवतं की, माझ्या यशाबद्दल बोलण्यासाठी लोक मला बोलावतात किंवा या ना त्या कार्यक्रमामध्ये गुंतवतात तेव्हा आपल्या आवश्यकतेनुसार त्यांना नकार देता आला पाहिजे.''

''हं! माझ्या असं लक्षात येतं आहे की, आपल्यात पुरेसा संवाद न

झाल्याने आपण आपलीच गृहीतकं मांडली होती आणि एकमेकांवर खापर फोडत होतो, नाही का? झालं गेलं सगळं बाजूला ठेवून आता आपण नव्याने काहीतरी विचार करायला हवा आहे, असं मला वाटतं. तुझं काय म्हणणं आहे?''

''आधी आपण आपला दृष्टिकोन ठरवूया आणि त्याची सविस्तर चर्चा करूया. खरं तर दृष्टिकोन, भविष्याची कल्पना, दूरदृष्टी, साफल्य असले बोजड कॉर्पोरेट शब्द वापरणं मला तरी नको वाटतं. ध्येय, मूल्य, लक्ष्य, प्लॅन, डावपेच आणि त्याला लावलेल्या मोजपट्ट्या या सगळ्यांतून माझ्यासमोर फक्त कॉर्पोरेट विश्वच नाचू लागतं.''

''आपल्या आयुष्याच्या मार्गदर्शक तत्त्वासाठी आपणच एखादं छानसं नाव शोधूया, चालेल?''

''हं, आपण!''

''हो ना, आपणच! काय नाव देता येईल?''

''आपण.''

''ए, तू काय माझी मस्करी करायचं ठरवलं आहेस का की माझी नक्कल करायचा मूड आहे?''

''अरे, मी असं म्हणते आहे की या गाईडला 'आपण' हेच नाव देऊया.''

''तुझं म्हणणं आहे की, आपण त्याला 'आपण' म्हणायचं?''

''हं, काय हरकत आहे?''

''अं... काहीच हरकत नाही. मग ठरलं तर. आजपासून आपण दोघांनी आपल्या 'आपण'बद्दल सातत्याने विचार करायचा, सुसंवाद साधायचा आणि त्यातून निष्पन्न होणाऱ्या अमूर्त कल्पनांना मूर्त स्वरूप द्यायचं... अगदी नेहमीकरिता.''

''मला तर सुरुवात करायच्या आधीच छान वाटतं आहे. तूच कर बाबा बोलायला सुरुवात.''

''हं, 'आपण' आपल्या कुटुंबातल्या प्रत्येक सदस्याच्या संपूर्ण विकासासाठी योग्य हातभार लावेल. आता तुझी पाळी.''

''आपल्या दृष्टीने पैसा जास्त महत्त्वाचा की एकमेकांसाठी वेळ देणं महत्त्वाचं हे आपण चर्चेने ठरवायचं. हे ठरवताना आपण आयुष्याचं भान ठेवायचं. जाणाऱ्या क्षणाबरोबर केवळ वेळ उडून जात नाही तर

आपल्या आयुष्याचा तेवढा भाग संपतो आहे याची जाणीव ठेवायची. एकमेकांचा सहवास हा आपल्यासाठी सगळ्यात जास्त अमूल्य आहे, तो जास्तीतजास्त मिळावा यासाठी आपण प्रयत्न करू.''

''त्याला 'आपण'चे 'कलम ४०१-के' असं म्हणू शकतो.''

''किती छान!''

लोनी आणि मेरी जेनची ही चर्चा उत्तररात्रीपर्यंत रंगली. 'आपण'चा विचार करताकरता ते एकमेकांत हरवून गेले. आजवर त्या दोघांनी एकमेकांशी इतका सुरेख संवाद साधलाच नव्हता हे त्यांना प्रकर्षानं जाणवलं. एकमेकांत हरवून असं बोलत असताना त्यांना तीव्रपणे उमजलं की, असा संवाद ही त्यांची मानसिक गरज तर होतीच, शिवाय हा संवाद ओढून-ताणून करावा लागत नव्हता. त्यात एक प्रकारची सहजता होती. त्या दोघांमध्ये त्या रात्री एक सुरेखसा भावबंध विणला गेला. तो उत्तरोत्तर दृढ होत जावा यासाठी ते सदैव प्रयत्नशील राहाणार होते. याव्यतिरिक्त त्यांच्या असं लक्षात आलं की कठीण, त्रासदायक वगैरे वाटणारा हा विषय आपण गेले कित्येक दिवस बाजूला टाकून दिला होता. मात्र, आज त्याबद्दल विस्तृत चर्चा केल्यामुळे आपल्या दोघांच्याही मनावरचा मोठ्ठा भार उतरला आहे जणू! म्हणून आपल्याला मोकळं तर वाटतं आहेच, शिवाय मन स्वच्छ झाल्यामुळे एक निर्मळ भावना स्पर्शून जाते आहे. असा सुसंवाद नवरा-बायकोच्या दृढ नातेसंबंधासाठी किती अत्यावश्यक आहे ना?

एकमेकांशी बोलताबोलता ते आपसूकच एकमेकांच्या मिठीत सुखावले. प्रेमाच्या त्या ऊबेत दोघांचेही डोळे जडावले होते. झोपी जाताजाता मेरी जेन म्हणाली, ''लोनी, मला इतकं काही छान वाटतं ना, आपलं जीवन हे खऱ्या अर्थाने सहजीवन असेल. आपण दोघं मिळून ठरवूया की आपल्या लेखी कोणत्या गोष्टी अमूल्य आहेत आणि मग त्या गोष्टींकरिता फिश!चा वापर करूया.''

''आपल्या आयुष्यातले सगळे प्रॉब्लेम्स चुटकीसरशी सुटतीलच, असं नाही. काही प्रॉब्लेम्स सुटणार पण नाहीत कदाचित. काहींच्या बाबतीत आपल्याला तडजोड करावी लागेल किंवा दुसऱ्याच गोष्टींना प्राधान्य द्यावं लागेल; पण तरीही कोणत्याही परिस्थितीतून मार्ग काढण्यासाठी आपल्या हाती एक हमखास उपाय आहे; एखाद्या अमोघ अस्त्रासारखा,

तो म्हणजे फिश! नाइलाजाने का होईना पण आपल्याला अनेक गोष्टी कराव्याच लागतात. पण त्यादेखील आपण अशा खुबीने करूया की आपल्या आयुष्यात आनंदाचं इंद्रधनुष्य सदैव सातही रंग उधळत राहील.''

सहजीवनाची आपली कल्पना काय आहे?

आपल्या ठायी असणाऱ्या

जीवन-ऊर्जेच्या स्त्रोताद्वारे

आपण कशाची सहनिर्मिती करणार आहोत?

लोनी आणि मेरी जेन 'आपण'मध्ये निःसंदिग्धता आणतात.

पुढचे अनेक दिवस लोनी आणि मेरी जेन 'आपण'बद्दल चर्चा करीत राहिले. कधी त्यांचे वाद झाले, कधी प्रश्नोत्तरं. दिवसांचे आठवडे झाले आणि परिणामस्वरूप दोघांच्याही मनाजोगता 'आपण'चा लेखाजोखा तयार झाला.

'आपला आपण'

- अतिसंवादाच्या भीतीने गप्प न बसता आपण सतत सुसंवाद साधत राहू. या संवादामध्ये आर्थिक बाबी, आर्थिक प्राधान्यक्रम आणि उरलेल्या पैशांचा विनियोग या बाबींची चर्चा अधिक सखोल होईल याकरिता प्रयत्नशील राहू. मनामध्ये कुठलाही किंतू राहू देणार नाही. दोन पैसे जास्त मिळवण्याच्या नादात कुटुंबाकडे दुर्लक्ष करणे किंवा कुटुंबासाठीच्या राखीव वेळेवर अतिक्रमण करणे या गोष्टींपासून दूर राहू. गरज भासल्यास चर्चेद्वारे सामायिक निर्णय घेऊ. दुसऱ्याला काय वाटतं किंवा काय हवं हे आपल्याला चांगलं समजतं, या गोड गैरसमजुतीमध्ये रमणार नाही आणि दुसऱ्याला गृहीत धरणार नाही.
- आमच्या दैनंदिन जीवनात आम्ही फिश!चा अंतर्भाव करू म्हणजे कितीही व्यस्त दिनक्रम असला तरी त्याच्यातही सगळ्यांना मजा वाटेल. जेव्हा जेव्हा आम्ही एकत्र असू तेव्हा काया, वाचा, मने एकमेकांबरोबर रमू.
- आमच्या मुलांनी जे शिकावं असं आम्हाला वाटतं, त्या गोष्टींचे आदर्श आम्ही आमच्या वागण्यातून त्यांच्यासमोर ठेवू.
- इडा आजीबरोबर आम्हाला राहायला मिळतं आहे ही आम्ही एक मोठ्ठी भेट समजू. तिच्या सहवासातून, वास्तव्यातून प्रेम, सहकार्य, दुसऱ्यासाठी काहीतरी करण्याची भावना जोपासू. अशा प्रकारे विस्तृत झालेल्या आमच्या कौटुंबिक

कक्षांचा आमच्या मुलांवर कळत-नकळत परिणाम होणार आहे, याचीही संपूर्ण जाणीव आम्ही ठेवू. त्याचबरोबर त्यातून त्यांना महत्त्वाचं जीवनशिक्षण मिळणार आहे, याचंही भान ठेवू.

- आम्ही एकमेकांच्या शिक्षणाला, प्रगतीला, विकासाला आणि सृजनशीलतेला जोपासू.
- निरोगी आयुष्य ही सौख्याची गुरुकिल्ली आहे हे आम्ही जाणून घेऊ आणि त्याकरिता प्रयत्नांची पराकाष्ठा करू.
- आमच्या मुलांच्या संगोपनातून आम्ही त्यांच्याकरिता एक उत्कृष्ट ऋणानुबंधाची परंपरा निर्माण करू.
- आमच्या या वाटेवर आम्हाला दीपस्तंभासारखे मार्गदर्शन करणारे काही प्रश्न खंबीरपणे, ठामपणे उभे असतील. ते म्हणजे– आम्हाला जगण्यात आनंद वाटतो का? आम्ही इतरांच्या उपयोगी पडतो का? आम्हाला मिळालेलं हे आयुष्य एक वरदान आहे, त्यासाठी आम्ही प्रत्येक क्षणी सजग राहातो का? आम्ही वर्तमानकाळातच जगतो की नाही? आमची मनोवृत्ती निवडायची क्षमता आमच्या अंगी आहे, तिचा योग्य तऱ्हेने अंगीकार करून आम्ही इतरांशी अनुकरणीय व्यवहार करतो का?

कलम ४०१के : भविष्याची तरतूद करणं आवश्यक आहेच. त्याचं महत्त्व आम्ही स्वत: जाणून घेऊ आणि मुलांनाही समजावून देऊ. मात्र, त्याचबरोबर 'या क्षणा'चं महत्त्व नजरेआड करणार नाही. आयुष्यातील प्रत्येक क्षण भरभरून जगू. स्वत:साठी वस्तू मिळवण्यात नव्हे, तर दुसऱ्यांना देत राहाण्याने आनंद वाढतो याचं उदाहरण आम्ही आमच्या वागणुकीतून समोर ठेवू. या कलमाच्या लांबीरुंदीनुसार आनंदाचा व्यवहार चालणार नाही, तर तो चालणार आहे ज्याच्या त्याच्या मनाच्या लहान-थोरपणावर.

आपल्याला सगळं काही मिळू शकतं
हा सगळ्यांचा एक लाडका, गोड गैरसमज आहे.

आणि हे सारं काही मिळालं
तरी एकाच वेळेस सगळंच मिळतं, असंही नसतं.

आपल्या 'आपण'च्या मार्गदर्शक तत्त्वांचा अवलंब केला
की आपण अधिक चोखंदळपणे निवड करू शकतो.

आयुष्याला सलाम

नवीन आठवड्याचा पहिलाच दिवस... सोमवार... मेरी जेन आपल्या वार्षिक आरोग्य तपासणीचे रिपोर्ट घ्यायला जाऊन पोहोचली.

"मेरी जेन रेमीरेझ, प्लीज माझ्याबरोबर या, तुमच्यासाठी दोन नंबरची रूम तयार आहे."

"हो, आलेच."

ती त्या रूममध्ये पोहोचली आणि तिच्यापाठोपाठ तिला नेहमी तपासणारी तिची डॉक्टर लिंडादेखील. लिंडा एक उत्तम फिजिशियन होती. पेशंटशी तन्मयता राखण्याचं महत्त्व ती जाणून होती आणि त्याबरहुकूम वागतदेखील होती. तिच्याकडे पेशंटची गर्दी असायची पण तरीही ती प्रत्येक पेशंटला पुरेसा वेळ द्यायची. पेशंटचं म्हणणं नीट ऐकून, समजावून घ्यायची. म्हणूनच मेरी जेनला तिच्याबद्दल आदरयुक्त आपुलकी होती.

"मेरी जेन, तुझे सगळे रिपोर्ट्स नॉर्मल आहेत; तरीही तुला सारखा थकवा का येतो हे माझ्या लक्षात आलं आहे."

"हो ना, नव्यानं झालेलं लग्न, वाढत्या वयाची दोन-दोन मुलं, व्यावसायिक कामाची धावपळ, दिवसा वेळ मिळत नाही म्हणून रात्री जागून कराव्या लागणाऱ्या चर्चा आणि म्हणू नये पण एकंदरीतच कामाचा प्रचंड ताण; अगदी ते काम कितीही आवडीचं असलं तरीही. कधीकधी तर वाटतं की, मी माझ्या क्षमतांपेक्षा कैक पटींनी जास्त काम ओढते आहे. पण मी एकटीच नाही अशी, आपण सगळेच थोड्या फार फरकाने हे असंच वागतो आजकाल."

"मला पटतं तुझं म्हणणं. परवाच माझा धाकटा मुलगा मला म्हणाला की, पेशंटच्या हाकेसरशी मी जशी धावून जाते, तशी त्याच्यासाठीही कधीतरी धावून जायला पाहिजे. मी तर हा माझ्यासाठी धोक्याचा इशाराच समजते आहे."

"अर्थात क्षणभर आपण हे सारं बाजूला ठेवू. तुझ्या थकव्यामागचं कारण याहून वेगळं आहे."

"मलाही त्याची जाणीव आहेच. हल्ली माझं वजन खूपच वाढलं आहे. लिंडा, मला या वाढत्या वजनाकडे नीट लक्ष द्यायला हवं आहे."

“मला वाटतं की तुला अजून एक टेस्ट करून घ्यावी लागेल.”

“बॉडी-मास टेस्ट म्हणते आहेस का लिंडा? तुम्ही त्याला BMI म्हणता ना? अगं, मला जाणीव आहे की माझं वजन आवश्यकतेपेक्षा जास्त आहे.”

“तुला प्रेग्नन्सी टेस्ट करायला हवी आहे.”

“काय...? तू माझी मस्करी करते आहेस ना?”

“अरे, तुला धक्का बसला का? त्यापेक्षा आपण तुझ्या वाढत्या वजनाचा विचार करूया का?”

“नाही, तसं काही नाही. खरं तर लोनीला आणि मला स्वत:चं मूल हवं होतं. पण अर्थात आम्ही कुठलीही घाई केली नाही. निसर्गाच्या हातीच हा निर्णय सोपविला होता. गेली दोन-तीन वर्षे काहीच झालं नाही; त्यामुळे आम्ही ‘आमचं मूल’ या विषयावर चर्चा करणंही थांबवलं. जवळजवळ वर्ष उलटून गेलं असेल हा विषय आमच्या चर्चेतून हद्दपार होऊन! मुद्दाम केला असंही नाही. धकाधकीच्या या जीवनातून अनेक गोष्टी आपसूकच निसटत गेल्या, तशीच ही एक गोष्ट.”

“हं, निसर्गाने वेळ लावला पण निर्णय तर घेतला.”

“माझं मन मात्र लबाड आहे हं. लगेच त्याने वाढलेल्या वजनाला सबळ कारण म्हणून प्रेग्नन्सीकडे बोट दाखवलं.”

“तुझी प्रेग्नन्सी या काही महिन्यांतली आहे. वजन मात्र गेल्या तीन वर्षांपासून वाढतं आहे; त्यामुळे वाढलेल्या वजनाचा ठपका प्रेग्नन्सिवर ठेवून चालणार नाही बाईसाहेब.”

“तेही खरंच म्हणा!”

“बरं, पण तू पुढे काय निर्णय घ्यायचं ठरवलं आहेस?”

“या क्षणाला तर मी प्रचंड आनंदात आहे; त्यामुळे आज मी कामाला मस्तपैकी दांडी मारते आणि तडक घरी जाते. लोनी कॉलेजला जायला निघायच्या आत त्याला गाठते.”

“जबरी प्लॅन आहे मेरी जेन आणि हो, अभिनंदन!”

लोनीला बातमी कळते

ही गोड बातमी कळताक्षणीच लोनीला प्रचंड आनंद झाला. ''काय मस्त बातमी दिलीस!'' अशी आरोळी ठोकत त्याने आपला आनंद व्यक्त केला; पण क्षणार्धात त्याच्या चेहऱ्यावरच्या उल्हासाची जागा गांभीर्याने घेतली. ''आपल्या 'आपण'मध्ये भर पडणार आहे, याबद्दल तुझं काय मत आहे?''

मेरी जेन अजूनही विचार करत होती तो ही बातमी ऐकून लोनीने दिलेल्या प्रतिक्रियेचा. ''तुझं असं म्हणणं आहे की, बाळाच्या आगमनाच्या चाहुलीने तुला खरोखरच आनंद झाला आहे? आपण दोघंही या विषयावर कधी बोललोच नाही; त्यामुळे मला अजिबातच शाश्वती नव्हती. तुला खरंच आनंद झाला आहे का रे?''

लोनीला वाटणारं आश्चर्य त्याच्या चेहऱ्यावर अगदी स्पष्ट दिसत होतं. ''तुला खात्री न वाटण्यासारखं काय आहे? आपलं मूल हा विषय मी मुद्दाम टाळत होतो. डॉक्टरांनी आपल्याला दोघांनाही स्पष्टपणे सांगितलं होतं की, आपल्या दोघांमध्ये दोष नाही. कधीकधी निसर्गाच्याच मनात नसतं. म्हणूनच हा विषय काढून विनाकारण एकमेकांना ताण देण्यात काय अर्थ होता? मेरी जेन, तुला नाही का लक्षात आली माझी ही भूमिका?''

''बहुधा नाहीच आली माझ्या लक्षात. लोनी, आपण जाणीवपूर्वक संवाद साधण्याचा प्रयत्न करीत आहोत ही किती चांगली गोष्ट आहे ना! तुला माझ्या या विचारांचं हसू येईल कदाचित; पण मला वाटतं की आपल्या आयुष्याला एक अनोखी दिशा मिळते आहे. आपलं येणारं बाळ, माझी आई, मुलं या सगळ्यांकडे नीट लक्ष देणं, त्यांच्या गरजा पुरवणं, त्यांच्या सौख्यासाठी प्रयत्न करणं ही आपल्या दोघांचीही जबाबदारी आहे.

''आणि म्हणूनच मला वाटतं की, भविष्याविषयीची आपली स्वप्नं आणि सहजीवनाविषयी आपल्या अपेक्षा यांचा आढावा आपण वरचेवर घेतलाच पाहिजे. आपल्या 'आपण'मध्ये त्या अनुषंगाने पूरक बदल करणंदेखील तितकंच महत्त्वाचं आहे.

''पण आज या क्षणी मात्र तू ठरल्याप्रमाणे कॉलेजमध्ये जा आणि

तिथला प्रत्येक क्षण भरभरून जग. गेली कित्येक वर्षं तू ज्याचा ध्यास घेतला होतास ते तुझं ध्येय साध्य करण्याची संधी तुला मिळाली आहे. त्या संधीचं सोनं कर. तू आज कितीपर्यंत घरी येऊ शकशील?''

''आज सगळ्यात जास्त लेक्चर्स असतात; त्यामुळे साडेपाचच्या आधी घरी यायची सुतराम शक्यता नाही.''

''काही हरकत नाही. आपल्या आयुष्याने आज एक अनोखं वळण घेतलं आहे. माझं मन त्या आनंदात न्हाऊन निघालं आहे.''

''माझ्या मनाची अवस्था तुझ्याहून वेगळी नाही; पण पोटापाण्याचा प्रश्न आहे ना! तेव्हा सांग बरं, संध्याकाळी येताना खायचं 'पार्सल' घेऊन येऊ का?''

''नाही, त्याची गरज नाही. मी फ्रीजमध्ये बघते. एकतर बऱ्याच गोष्टी संपवायला हव्या आहेत आणि दुसरं म्हणजे इथून पुढे आपण 'पार्सल्स' किंवा फास्ट फुडच्या नादी न लागता शक्य तितकं ताजंच खात जाऊया, नाही का? तू फक्त वेळेवर घरी ये म्हणजे झालं. आपल्या सुसंवादात इथून पुढे कधीच खंड पडू नये, एवढंच माझं मागणं आहे.''

मेरी जेन आणि लोनीमधला सुसंवाद अखंड चालू राहिला, रोजच!

खरा सुसंवाद हा

कुठल्याही नात्याप्रती

पूर्णतः अर्पणभाव दर्शवतो!

ब्रॅडच्या शिक्षिकेचा फोन

आपल्याला दिवस गेले आहेत हे मेरी जेनला दोन आठवड्यांपूर्वी कळलं होतं. ते माहिती झाल्यामुळेच की काय तिला सगळेच कपडे फार घट्ट बसत आहेत, असं वाटू लागलं. 'जरा एकदा तळघरात डोकावून पाहायला हवं की, आधीच्या वेळचे काही कपडे घालण्यासारखे आहे का ते! नाहीतर चक्क नवीन कपडे आणावे लागतील. मी ज्या गतीने वाढते आहे ते बघता लवकरच मला घालण्याजोगे कपडेच उरणार नाहीत.' तिच्या मनात विचार आला.

त्या दिवशी शनिवार होता. लोनी मुलांना आणि इडा आजीला घेऊन स्पेस निडलजवळच्या प्रशस्त बागेत गेला होता. तिथे गेल्यावर आजीने आपला कॅमेरा बाहेर काढला. "चला रे मुलांनो, मी शिकवते तुम्हाला उत्तम फोटो काढायला." तिचं म्हणणं ऐकताक्षणीच मुलं खुलली यात काही विशेष नव्हतं; पण लोनीच्या उत्साहाला जणू उधाणच आलं. त्याच्या आयुष्यात त्याला अतिशय आवडणाऱ्या पण राहून गेलेल्या काही गोष्टींपैकीच एक म्हणजे फोटोग्राफी.

मेरी जेनचा फोन वाजला.

"हॅलो, मेरी जेन बोलते आहे."

"नमस्कार, मी मिली जॉन्सन, ब्रॅडची शिक्षिका बोलते आहे. सॉरी, मी जरा न सांगताच फोन केला आणि तेही सुट्टीच्या दिवशी. पण एरवी तुम्ही खूप व्यस्त असता ना, म्हणून मुद्दामच..."

"ओह! सॉरी मिसेस जॉन्सन! काही महत्त्वाचं बोलायचं होतं का?"

"प्लीज मला 'मिली' म्हणूनच हाक मारा. खरं सांगू का, शनिवारी फोन केला ना, तरच पालक सापडतात बोलायला."

"आपण जेमतेम दोन-चारदा भेटलो असू. एवढ्या सगळ्या पालकांना लक्षात ठेवायचं हे तुमच्यासाठी त्रासदायकच असेल, नाही का?"

"छे हो, तसं काही नाही. शिवाय, मेरी जेन, तुम्ही अगदी लक्षात राहाण्याजोग्या आहात. खास विद्यार्थ्यांचे पालकसुद्धा सहजच लक्षात राहातात."

"ब्रॅडने पुन्हा काहीतरी घोळ घातलेला दिसतो आहे. इतक्या दिवसांत शाळेकडून फोनबिन न आल्यामुळे मला वाटलं की, सारं काही आलबेल

आहे. तो 'स्लो-लर्नर' आहे, असं तुम्हाला वाटतं का?''

''बघा, मी विसरलेच सांगायला. सध्या तो शाळेत अगदी मन लावून लक्ष देतो. मी तर म्हणेन की हल्ली शाळेमधला त्याचा नूर काहीतरी वेगळाच असतो. काल तर त्याने आम्हाला चकितच केलं हो!''

''असं झालं तरी काय?''

''तुम्हाला तर माहिती आहेच की, आमची जी काही 'स्पेशल' मुलं असतात त्यांना आम्ही जाणीवपूर्वक इतर नॉर्मल मुलांबरोबर राहू देतो. या वर्षी ब्रॅडच्या वर्गात असाच एक स्पेशल मुलगा आला आहे; त्याचं नाव आहे कार. तो 'ऑटिस्टिक' आहे. इतर मुलांच्या तुलनेत त्याचं वागणं विचित्र वाटणं स्वाभाविक आहे. कारण त्याला काही काही साध्या गोष्टीसुद्धा जमत नाहीत. त्यातलीच एक म्हणजे स्वत:च्या बुटाच्या लेस बांधणं. सगळीच मुलं त्याच्यापासून दूर पळतात. अर्थात त्यांचं हे असं दूर पळणं आपण समजू शकतोच म्हणा. काही मुलं तर त्याला चिडवतात ते आपल्याला मुळीच आवडण्यासारखं नाही; पण त्यातही काही आश्चर्य नाही. त्याचा स्वीकार करण्याच्या दृष्टीने इतर मुलांची मानसिकता तयार करण्यात मला मुळीच यश येत नव्हतं आणि त्या गोष्टीचा मला भयंकर ताणदेखील आला होता.

''या सगळ्या पार्श्वभूमीवर काल शाळेत एक आश्चर्य घडलं. कार ग्राऊंडवर इकडे तिकडे फिरत होता. त्याच्या बुटांच्या लेस सुटल्या होत्या; बरेचदा सुटतात तशाच. तेवढ्यात ब्रॅड त्याच्याजवळ पोहोचला. त्याने गोड आवाजात कारला विचारलं की, 'मी तुझ्या बुटांच्या लेस बांधून देऊ का?' कारने 'हो' म्हटल्यावर ब्रॅडने आपुलकीने त्या लेस बांधून दिल्या. ते पाहून कारने आपसूकच त्याच्यासोबत हात तर मिळवलेच, शिवाय त्याच्याकडे बघून विश्वासानं छानसा हसलादेखील. खरं आश्चर्य तर पुढेच आहे. कारने ब्रॅडच्या पाठीवर चक्क थोपटलं. मग ब्रॅडने विचारलं की, तो स्वत:चं डेस्क कारच्या डेस्कजवळ ठेवू शकतो का? मी 'नाही' म्हणायचा प्रश्न नव्हता. तेव्हापासून ब्रॅड प्रत्येक गोष्टीत कारला मदत करतो. त्या दोघांमध्ये मैत्रीचे सुरेख भावबंध तयार झाले आहेत. कारची वागणूक लक्षात येण्याजोगी बदलली आहे. अर्थात चांगल्या प्रकारे कार प्रतिसाद देतो आहे. पर्यायाने, त्याचं विक्षिप्त

वागणंदेखील कमी झालं आहे. मेरी जेन, तुमचा मुलगा मनाने खूपच चांगला आहे. म्हणूनच मला वाटलं की त्याचा हा चांगुलपणा त्याच्या आईपर्यंत पोहोचविला पाहिजे.''

''मिली, तुम्ही आवर्जून फोन करून मला हे सांगितलंत त्यावरून तुमच्या स्वभावातला निर्मळपणादेखील सहजच जाणवतो आहे. मघाशी फोनवर तुमचा आवाज ऐकला तेव्हा वाटलं की, ब्रॅडने शाळेत काही त्रास तर दिला नाही ना?''

''छे हो! मी असं काही कशाला सांगेन?''

''हं...!''

''मेरी जेन, मी तुमचा खूप वेळ घेतला, नाही का?''

''छे, उलट तुम्ही तर माझा आजचा दिवस एकदम स्पेशल केलात. मिली, थँक्यू सो मच.''

''सुरुवातीला काही मुलांनी ब्रॅडवर खूप कॉमेन्ट्स केल्या; पण ब्रॅडने त्यांच्याकडे सरळसरळ दुर्लक्ष केलं. आता बरीच मुलं ब्रॅडचं अनुकरण करू लागली आहेत. तेसुद्धा कारला मित्राप्रमाणे वागवू लागले आहेत. वर्गातलं वातावरण खेळकर आणि सुसह्य झालं आहे. मेरी जेन, हा सगळा तुमच्या सुसंस्कारांचा परिणाम आहे. बरं, आता मी फोन ठेवते. दोन दिवस छान आराम करा.''

''तुम्हीसुद्धा...''

मेरी जेनने लगेच लोनीला फोन लावला आणि ही बातमी सविस्तरपणे सांगितली. त्या रात्री झोपायच्या आधी ती ब्रॅडच्या खोलीत गेली. कारशी मैत्री करताना सगळ्यात पहिलं पाऊल उचलणं किती कठीण गेलं हे तिने ब्रॅडच्या तोंडून ऐकलं. तो पुढे हेदेखील म्हणाला, अशा प्रकारे उशिरा का होईना, पण कारशी मैत्री झाल्यावर आता त्याला कार खूप जवळचा मित्र वाटतो आहे.

आपण आपल्या मुलांवर अमर्याद प्रेम करतो.

आपले हे विनाशर्त प्रेम त्यांच्याकरिता मौल्यवान भेट असते.

पण त्याहीपेक्षा मौल्यवान भेट असते, ती म्हणजे

आपल्या निवडीमध्ये काय ताकद आहे

याची जाणीव त्यांना करून देणं.

वजनाचं पारडं अखेर भारी झालं!

तासाभरापूर्वीच ब्रॅड आणि सारा शाळेत गेले होते आणि आजी इडा त्यांच्या घराजवळच्या सिनिअर सेंटरमध्ये गेली होती. लोनी आणि मेरी जेन निवांतपणे बसून ब्रेकफास्ट घेत होते. लोनीला त्या दिवशी सकाळी एकही लेक्चर नव्हतं. मेरी जेनला 'मॉर्निंग सिकनेस' जाणवत होता; त्यामुळे तिने चक्क सुट्टी टाकली होती. एकमेकांच्या सहवासात रमण्याच्या या झकास सुवर्णसंधीचा पुरेपूर लाभ घ्यायचा, असं त्यांनी ठरवलं तर त्यात नवल ते काय? शिवाय 'आपण' होतंच ना साथीला!

"मेरी जेन, परवा बोलताबोलता तू माझ्याबद्दल जे काही म्हटलंस ते मला अनपेक्षित होतं. गेल्या काही महिन्यांत माझ्यात काही बदल जाणवला आहे का तुला?"

"हल्ली दिवसेंदिवस तू अधिक देखणा दिसत चालला आहेस."

"अजून काहीतरी म्हटलं होतंस बघ!"

"मला जेव्हा जेव्हा गरज भासली, तेव्हा तेव्हा तू माझ्या साथीला होतासच."

"थँक्स माय डिअर. पण अजूनही हे तुझ्या लक्षात नाही आलं का की, माझ्या सर्व पँट्स मला घट्ट बसताहेत आणि बेल्टसुद्धा मला जेमतेम पुरतो आहे?"

"नाही रे, मला नाही लक्षात आलं. मात्र, माझ्या वाढलेल्या वजनाची मला पूर्णत: जाणीव आहे. अर्थात प्रेग्नन्सीमुळे वजन वाढतं ही बाब माझ्या पथ्यावरच पडली आहे म्हणा. तुझ्या आयुष्याची दिशा एकदमच बदलली, नाही का? फिश मार्केटमध्ये तुला प्रचंड शारीरिक श्रम करावे लागत होते. त्यामानाने आता कमी होताहेत. पूर्वी तू दिवसभर सातत्याने दोन पायांवर उभा असायचास. आता मात्र एका वर्गात, एका खुर्चीवर; एका जागी बसून कदाचित वजन वाढलं असेल."

"तू म्हणतेस ते शक्य आहे. पण मला हे वाढलेलं वजन मुळीच आवडत नाही. शिवाय असं बघ, मला कधी लठ्ठ असण्याची सवयच नाही ना. आता आपल्या घरात नवीन बाळ येणार आहे. त्याच्या जोडीला आपल्या 'आपण'चा आपण स्वीकार केला आहे. या दोन्हीमुळे

माझ्या विचारचक्राला गती मिळाली आहे. मला असं जाणवलं की, आपण आपल्या तब्येतीकडे फारच दुर्लक्ष करतो आहे. आपण जेव्हा आयुष्यातल्या महत्त्वाच्या घटकांबद्दल बोलतो तेव्हा आरोग्य हा त्याचा गाभा असतो. मी तर म्हणेन की आरोग्य हे 'आपण'चं हृदयच आहे. अधिकाधिक आरोग्यपूर्ण राहाणं हे आपलं आपल्या कुटुंबाच्या प्रती, स्वत:प्रती आणि एकमेकांप्रती आद्य कर्तव्य आहे, नाही का? आपल्याला मिळालेलं हे जीवन किती सुंदर आहे. त्याचा सन्मान करायचा असेल तर आरोग्याचं भान राखायलाच हवं.''

''मध्यंतरी एकदा तू आणि जॅनेल तिने घेतलेल्या एका डाएटच्या संदर्भात बोलत होतात. ते मी थोडंसं ऐकलं होतं. तिला ते डाएट फार उपयुक्त वाटलं होतं, असं ती म्हणाली होती. शिवाय तुमच्या बोलण्यात अनेकदा फिशचा, म्हणजे अर्थातच माशांचा उल्लेख आला होता. या सगळ्यामुळे माझी उत्सुकता ताणली गेली आहे. तू तिला फोन करून सविस्तर माहिती घेशील का? नक्की कोणतं डाएट तिच्या उपयोगी पडलं? फार द्राविडी प्राणायाम नसला तर आपल्यालाही त्याचा विचार करता येईल. मला वाटतं, कदाचित ते फक्त साल्मन फिश खाण्याचं डाएट असेल. मग ते पाळणं मला कठीणच जाईल. इतकी वर्षं त्या माशांच्या रोखलेल्या नजरांमध्ये प्रत्येक दिवस काढल्यावर फक्त माशांवरच दिवस काढणं हे जरा कठीणच आहे. नाही का?''

''अरे, फिश म्हणजे समुद्रातले मासे नाहीत काही. आपल्या फिश! फिलॉसॉफीबद्दल बोलत होतो आम्ही.''

''असं होय! मग तर मेरी जेन, तू सगळी माहिती विचारच तिला. मला हे घट्ट बसणारे कपडे असह्य होऊ लागले आहेत. वरच्या साईजचे कपडे आणणं हा मी माझा पराभव समजतो. मी कायमच सडपातळ राहिलो आहे. हे वाढलेलं वजन, सुटू पाहाणारं पोट माझ्यासाठी कल्पनेच्या पलीकडे आहे.''

''मी तिला आजच फोन करून सविस्तर माहिती घेते. ती मागेच मला म्हणाली होती की, तिच्या डाएटबद्दल ती मला सगळं सांगेल. अर्थात तेव्हा माझ्या वाढत्या वजनाचं खास कारण मला कळलेलं नव्हतं म्हणा! पण काही हरकत नाही. मी आधी तिच्याशी बोलते तर खरं!''

फिश आणि डाएट

फर्स्ट गॅरंटीच्या लॉबीमध्ये मेरी जेन आणि जॅनेल भेटल्या. तिथून त्या एकत्रच 'एबी'मध्ये जेवायला गेल्या. साधारण एक-दीड तास एकत्र घालवण्याच्या बेताने त्यांनी ऑफिसमध्ये कामाचं 'सेटिंग' केलं होतं. अर्थात लंच ब्रेकला जोडून पुढे पंधरा-वीस मिनिटंच... त्यामुळे ऑफिसमध्ये अडचण नक्कीच होणार नव्हती.

"त्या दिवशी तू म्हणालीस की, तू तुझं वजन अगदी प्रमाणशीर ठेवतेस. शिवाय नुसतीच गाजरं खाऊन राहा वगैरेसारखे प्रकारही तू करत नाहीस. हे ऐकल्यापासून माझ्या मनात उत्सुकता निर्माण झाली आहे. केवळ माझ्याच नाही, तर लोनीच्या मनातदेखील. त्याचं काय आहे, फिश मार्केटमध्ये असताना त्याला खूप शारीरिक श्रम होते. दिवसभर अक्षरश: दोन पायांवर नाचावं लागायचं; त्यामुळे आपसूकच खाल्लेलं व्यवस्थित जिरत होतं; पण आता अचानक विद्यार्थीदशा सुरू झाल्याने त्याचा दिवसभरचा जास्तीतजास्त वेळ खुर्चीत बसून राहाण्यात जातो आहे. त्यामुळे या काही महिन्यांत त्याचं वजन अनाठायी वाढू लागलं आहे.

"पोटावरच्या चरबीचे थर हा तसाही एक प्रचंड गुंतागुंतीचा आणि चर्चेचा विषय आहे. शिवाय तो अतिशय महत्त्वाचादेखील आहेच. सद्य परिस्थितीमध्ये मात्र माझा दृष्टिकोन 'स्वास्थ्यपूर्ण जीवन' जगण्याशी निगडित आहे, असं लक्षात घे. एक म्हणजे या गर्भारपणात माझं वजन किती आणि कसं वाढतं आहे यावर लक्ष ठेवायचं. शिवाय अनाठायी वजनवाढ तर नकोच, पण बाळाचं कुपोषणदेखील व्हायला नको. झालंच तर बाळंतपणानंतर किमान पंधरा पौंड वजन कमी करणं हादेखील माझ्या 'स्वास्थ्यपूर्ण जीवन' जगण्याचा एक भाग आहे. आता हे सगळं लक्षात घेऊन तू मला तुझं डाएट सिक्रेट सांग. प्रोटिनविरहित, खूप जास्त प्रोटिन्स, चरबीविरहित, अधिक चरबीयुक्त, कमी कार्बोहायड्रेट्स, फक्त भाज्या, फक्त फळं, रोज पाच-दहा लिटर पाणी पिणे, जेवण्याच्या आधी गाजरं खाणे... नक्की आहे तरी काय हे गौडबंगाल?"

"मेरी जेन, असं काहीच चित्र-विचित्र करायची गरज नाही. कारण आरोग्यपूर्ण आहाराचा संबंध अन्नाशी फारसा नाहीच आहे."

“जॅनेल, आयुष्यात पहिल्यांदाच माझ्या BMIनं मला ‘स्थूल’ या वर्गामध्ये ढकललं आहे आणि तू तर म्हणते आहेस की, अन्नाशी फार काही संबंध नाही. हे कसं काय शक्य आहे?”

“हो ना, अन्नाशी संबंध नाहीच.”

“म्हणजेच काय, काहीही न खाता राहायचं? फारच छान हं. वा, काय पण कल्पना आहे. ओह, सॉरी डियर, मी उगाचच ताशेरे झाडते आहे.”

“माझं जरा ऐकून घेशील का? मला आधी हे सांग की, ‘वजन कमी करा’ याबद्दल तुला काय काय माहीत आहे?”

“खरं सांगू, मुळात आपण काही पौंड वजन कमी करतो; पण मग आपलं कमी झालेलं वजन आपल्याबरोबर अजून काही पौंड घेऊन परत येतं आणि गंमत म्हणजे या सगळ्या खटाटोपात वजन खरोखर कमी होतच नाही. मात्र, नसती उठाठेव केल्याचा पश्चात्ताप तेवढा होत राहातो.”

“आता कसं मुद्याचं बोललीस! तू म्हणतेस ती कथा डाएट करणाऱ्यांपैकी पंच्याण्णव टक्के लोकांच्या बाबतीत खरी ठरते. तुझेच शब्द घेऊन मी तुला आता माझं डाएट समजावते. तू म्हणालीस की, काही काळापुरते सगळेच डाएट आपला प्रभाव दाखवितात. जरा खोलात जाऊन याचा विचार केलास तर तुझं तुलाच लक्षात येईल की, कुठलंही डाएट हे संपूर्ण काळासाठी शंभर टक्के प्रभावी ठरतंच असं नाही. तरीसुद्धा त्या प्रत्येकाचा आपल्याला हवा तसा परिणाम होताना दिसून येतो; निदान सुरुवातीच्या काळात तरी. वजन कमी करण्यासाठी काय काय करायला हवं हे आपल्याला माहिती आहे. माझ्या मते याचं उत्तर अगदी साधं, सरळ आहे. आपण ‘काय’ करतो हे महत्त्वाचं नाहीच मुळी! आपण डिग्रीसाठी जो विषय निवडला होता त्याचं आपल्याला जितकं ज्ञान आहे, त्याच्या कैकपटींनी जास्त ज्ञान आपल्याला ‘सकस आहाराबद्दल’ आहे, नाही का?”

“ए, मी कम्युनिकेशनची डिग्री घेतली आहे. त्याचा याच्याशी काही अर्थाअर्थी तरी संबंध आहे का?”

“आपल्यासमोर अन्न आलं असताना, त्याच्यावर वेगवेगळे संस्कार करत असताना आपण नक्की कोणत्या भूमिकेत असतो हा प्रश्न स्वत:ला

विचारावा. त्या उत्तरातच आपल्या वजन कमी होण्याचं रहस्य दडलं आहे. आपली ही भूमिका ठरवतानाच फिश! आपल्या उपयोगी पडतं.''

''अगं, पण तरीही आपण छानसा 'डाएट प्लॅन' नको का बनवायला? निदान खाण्यापिण्याचे काही नियम वगैरे?...''

''हो, माझ्याकडे एक छानशी नियमावली आहेच की! साधारणत: काय खावं, काय नाही, आरोग्यपूर्ण सवयी, चौफेर आहार असं बरंच काही त्याच्यामध्ये लिहिलेलं आहे. माझा असा अनुभव आहे की, कोणत्याच बाबतीत टोकाची भूमिका नसावी; कारण कुठल्याही टोकावर राहाणं हे तारेवरच्या कसरतीहून कठीण असतं आणि ते जमतही नाही. तू माझी पहिली विद्यार्थिनी व्हायला आणि माझ्या प्रयोगात सामील व्हायला तयार आहेस का? मजा येईल. मलाही अधिक व्यापकपणे विचार करायची संधी मिळेल. मला ते मनापासून आवडेल.''

''मी एकटीच नाही तर लोनीसुद्धा आपल्या या प्रयोगात सामील होईल.''

एवढं बोलून झाल्यावर मेरी जेनने तिच्या नेहमीच्या सवयीप्रमाणे तिचं जर्नल बाहेर काढलं. जसजशी त्यांची चर्चा रंगत गेली, तसतशी तिने जर्नलमध्ये नोंदी करायला सुरुवात केली. विषय होता अर्थातच 'वजन कमी करणे आणि स्वास्थ्यपूर्ण जीवन जगणे!'

स्वास्थ्यपूर्ण वजन नियंत्रित कसे ठेवावे?

१. आठवड्यातून पाच-सहा वेळा प्रत्येकी किमान अर्धा तास व्यायाम करावा. जास्त वेळ व्यायाम करायला काहीच हरकत नाही. प्रत्येक वेळी काही वेळासाठी जोरकस व्यायाम करणं आवश्यक आहे.
२. आठवड्यातून एकदा किंवा दोनदा वजन उचलण्याचे व्यायाम हवेतच.
३. किराणा, भाजीपाला आणताना ताज्या वस्तू घेण्याकडे अधिकाधिक कल असावा.
४. व्यायामाच्या रुटीनमध्ये क्वचित एखादी दांडी मारावी लागली

तरी वैतागू नये.

५. ब्रेकफास्ट हा रोज घेतलाच जावा.

६. आपण काय खायला हवं, काय टाळायला हवं हे तुम्हाला माहिती आहेच. फक्त खाताना प्रोटिन, शर्करा आणि कार्बोहायड्रेट्स यांचा समतोल राखावा. आपला आहार दिवसभरात चार ते पाच वेळा विभागून खावा.

७. हायड्रोजनेटेड अन्न पूर्णपणे टाळा. तेलकट, तुपकट, अतिचरबीयुक्त पदार्थ टाळा. (कोणते ते तुम्हाला ठाऊक आहेच!) ओमेगा-३, ओमेगा-६ शरीराला अत्यावश्यक आहे. त्यासाठी खाण्यामध्ये मासे, अळशी यांचा समावेश करा किंवा त्यांचा पुरवठा करणाऱ्या गोळ्यांचा विचार करा.

८. स्वत:च्या वजनाचा तक्ता तयार करा. त्यासाठी वरचेवर वजन करा.

९. डाएट पाळणं म्हणजे स्वत:चाच छळ करणं नाही. तेव्हा अधूनमधून स्वत:च्या आवडीचे पदार्थ आवर्जून खा.

१०. रोजच्या आयुष्यात वेगवेगळ्या प्रकारे व्यायामाचा अंतर्भाव करा. उदा. गाडी दूर अंतरावर लावणे, लिफ्टऐवजी जिन्याचा वापर करणे इत्यादी.

११. आपण आपल्या घरात कोणत्या प्रकारच्या खाद्यपदार्थांचा शिरकाव होऊ देतो यावर नजर ठेवा. अयोग्य पदार्थांना घरात यायला मज्जाव करा.

१२. स्काऊट-गाईडच्या मुलांना मदत म्हणून पैसे द्या, परंतु त्यांच्याकडच्या कुकीज घेऊ नका.

१३. घरच्यांबरोबर वेळ घालवताना बसून गप्पा मारण्याऐवजी सायकलिंग, फिरायला जाणे अशा गोष्टी अनुसरा.

"आज मस्त मजा आली. एखादी गोष्ट जाणीवपूर्वक केली तर किती फरक पडतो ना! आणि ही यादी तयार करताना मला प्रकर्षाने जाणवलं की, मुळात या विषयाची आपल्याला बऱ्यापैकी माहिती आहे. मात्र, त्या माहितीचं योग्य प्रकारे उपयोजन करण्यात आपण कमी

पडतो. आजकाल तर प्रत्येक मासिकाचा एक विभाग खास 'आरोग्य' या विषयाला वाहिलेला असतो. याशिवाय वेगवेगळ्या चॅनेल्सवरून रात्रंदिवस आरोग्यविषयक कार्यक्रमांचा भडिमार आपल्यावर होत असतोच. भरीला वर्षातून दोन-चार वेळा तरी आरोग्य-स्वास्थ्य-आहार नियंत्रण याचे विशेष एपिसोड असतातच असतात. आपल्या नकळत आपल्या ज्ञानात मोलाची भर पडत असते.''

''आपण ही यादी बनविली आहे ती केवळ मनाच्या समाधानासाठी. खरी मेख तर पुढेच आहे. ती मेख काय हे ओळखण्याची एक संधी मी तुला देते. माझ्या वजन-नियंत्रणात मुख्य घटकाची ओळख मला झाली ती तुझ्यामुळेच. त्याच्यापायी गेली पाच वर्षे मी यशस्वीरित्या माझं वजन सांभाळू शकले आहे. तेव्हा ओळख बरं काय असेल ती मेख?''

''फिश!मधलं एखादं तत्त्व आहे का? मला वाटतं, जे तत्त्व आयुष्यातील कोणत्याही ठिकाणी चपखलपणे लागू होईल ते तन्मयतेचं तत्त्व असावं.''

''अगदी बरोब्बर! आपलं डाएट यशस्वी करायचं असेल तर आपण काय करतो हे फारसं महत्त्वाचं नाही. आपण ते करत असताना कोणत्या भूमिकेतून करतो हे महत्त्वाचं आहे आणि या प्रांतातली तज्ज्ञ तूच तर आहेस मेरी जेन. तेव्हा पुढचं सगळं मी तुझ्यावर सोपवते. आपण काही दिवसांनी पुन्हा याच विषयावर चर्चा करून आपले विचार कसे आणि कितपत जुळले आहेत याचा आढावा घेऊया. आता मलाही निघायला हवं. शिवाय तुलाही जर्नलमध्ये काही नोंदी करायच्या असतील ना? तेव्हा मी निघते. लोनीला सांग, मी विचारलं आहे म्हणून. बाय.''

स्वास्थ्यपूर्ण वजन नियंत्रण कसे साधावे?

''लोनी, मी जॅनेलबरोबर सविस्तर चर्चा केली. वजन नियंत्रणाकरिता ती वापरत असलेले मार्ग समजावून घेतले. तिच्याशी बोलताना कितीतरी गोष्टी सहजच स्पष्ट होत गेल्या. आता तुला वेळ असला तर मी तुला सगळा आढावा देऊ शकते.''

''या वाढणाऱ्या वजनाने आणि पोटाला आवळणाऱ्या बेल्टमुळे माझा आतला श्वास आतच राहाण्याची वेळ आली आहे. तेव्हा धाव

सखे आणि सोडव मला या वजनाच्या नरकातून!'' लोनी नेहमीच्या खेळकरपणाने म्हणाला.

''माणसाच्या इतिहासात आपल्या पिढीची नोंद ही वजनाबद्दल सर्वाधिक सजग पिढी अशीच होईल बहुधा. आपल्या आधीच्या कुठल्याही पिढीला वजन कमी करणे, विशिष्ट आहार घेणे यांसारख्या विषयांची आपल्याएवढी जाण नव्हती. शिवाय आपल्याइतकं जडत्व आपल्या आधीच्या कुठल्याच पिढीत नव्हतं. बरं, हे जडत्व इथेच थांबेल म्हणावं तर अधिकाच्या दिशेने त्याचा अथक प्रवास चालूच आहे!

''शिवाय जॅनेलचं आणि माझं एका महत्त्वाच्या गोष्टीवर एकमत झालं. वजन हे प्रमाणशीर तर हवंच, शिवाय ते स्थिरदेखील हवं. मुळात वजन घटवत राहाणे हा स्वास्थ्यपूर्ण वजन नियंत्रणाचा उद्देश नाहीच. आपल्याला आवश्यक तिथे स्थिर ठेवता येणं महत्त्वाचं आहे. झटपट वजन कमी करायचं आणि तितक्याच झटपट ते वाढलेलं बघायचं हे योग्य तर नाहीच नाही. शिवाय त्यातून काहीही चांगलं निष्पन्न होत नाही. यातून मार्ग काढण्याच्या दृष्टीने आम्ही दोघींनी एक यादी तयार केली. वजन नियंत्रणात ठेवण्यासाठी अत्यावश्यक असलेल्या बाबींची नोंद त्यात केली. आता आपल्याला त्याबरहुकूम वागण्याचा शंभर टक्के प्रयत्न करायचा आहे. आजकाल प्रत्येकालाच वजन कमी करण्याचे हजारो उपाय माहीत आहेत. या उपायांच्या आधारे आपल्यापैकी अनेकजणांनी त्यांच्या त्यांच्या आयुष्यामध्ये शेकडो नाही, तर चक्क हजार पौंड वजन कमी करून दाखवलेलं आहे हेही खरं आहे. आपल्याला आता इतकंच करायचं आहे की, आपण काया, वाचा, मने स्वत:ला याकरिता वाहून घ्यायचं आहे. काय करायचं आहे हे आपल्याला माहीत आहेच; पण त्याकरिता आपली शंभर टक्के उपस्थिती कशी देता येईल हे आपल्याला उमजलेलं नाही. आपली फिश! फिलॉसॉफी इथेच कामी येणार आहे. आमच्या दोघींच्या चर्चेदरम्यान आम्ही काही नोंदी केल्या आहेत त्या मी तुला दाखवते,'' असं म्हणून मेरी जेनने जॅनेलबरोबर चर्चा करताना केलेल्या नोंदी लोनीला दाखवल्या.

''मला तुमचा हा नववा मुद्दा आवडला. 'स्वत:च्या आवडीचे पदार्थ' तुझं आणि जॅनेलचं म्हणणं बरोबरच आहे. वजन नियंत्रणाबद्दल आपल्याला खूप गोष्टी माहिती आहेत; पण त्याच्यामध्ये फिश!

फिलॉसॉफी कुठे लागू करता येईल?''

''ते आपण ठरवायचं. प्रत्येकाच्या गरजा वेगळ्या असतात; त्यामुळे ज्याने त्याने आपल्या सोयीनुसार फिश!चा वापर करायला हवा.''

''मला वाटलं होतं की, हे साधं, सरळ असेल.''

''अर्थात आहेच!'' जॅनेलच्या मते मी फिश!ची तज्ज्ञ आहेच; पण याबाबतीत तू तर माझा 'गुरू' आहेस; त्यामुळे आता आपण दोघांनीही जरा डोकं लावूया. सुरुवात अर्थातच पहिल्या टप्प्यापासून म्हणजेच 'चैतन्यपूर्ण सहभागा'पासून करूया.''

खेळामुळे आयुष्याला खुमारी चढते

लोनी म्हणाला, ''आपण याला खेळाचं स्वरूप देऊ शकतो. पॉईंट्स मिळवणे, बक्षीस ठेवणे, जोडीला मस्तीदेखील. मला तर आताच दिसतो आहे, फ्रीजवर लावलेला स्कोअरबोर्ड; आपल्या पाचहीजणांच्या नावांसह.''

मेरी जेन म्हणाली, ''व्यायाम करण्याच्या वेगवेगळ्या पद्धती आपण आजमावू शकतो, नाही का? मला कधीपासून रोलरब्लेड शिकायचं आहे. ते मी शिकू शकते.''

''आणि मला डान्स करायला शिकायचं आहे. आपल्या कम्युनिटी सेंटरच्या डान्स क्लासमध्ये नाव घालूया का? एकदा का मी शिकलो की, मग आपल्याला एकत्र डान्स करायला जाता येईल.''

''काय सांगतोस काय लोनी? तुला डान्स येत नाही? मी गृहीत धरलं होतं की, तुला डान्समध्ये रस नाही. मला स्वत:ला डान्स करायला खूप आवडतं.''

''खरंच सांगतो आहे. बघ आपल्या 'आपण'चा परिणाम, सुसंवादाचे फायदे. उगाच तू कम्युनिकेशनची डिग्री नाही घेतली आहेस.''

खरे सुसंवाद हे नात्यांचे आधारस्तंभ असतात;

नाती आयुष्याच्या पायाभूत रचना असतात.

“या दोन दिवसांत मला माझ्या विषयाची आठवण करून देणारा तू दुसरा बरं का? बरं, ते जाऊ दे. मूळ विषयाकडे येऊया.”

“आपण बाबागाडी निवडतानासुद्धा स्ट्रोल्स घेऊ. ती जरा जोरात पळवता येते. त्याच्याबरोबर आपसूकच आपलाही व्यायाम होईल.”

“त्याच्याबरोबर?”

लोनी छानसं हसला आणि तो विषय त्याने तिथेच सोडला. “मुख्य म्हणजे कुठल्याही प्रकारचा ताण न घेता सगळं करायचं आहे. एक खेळ म्हणून, मनाला आनंद देणारं काम म्हणून; तुला काय वाटतं?”

“मला तर वाटतं की, आपलं हे प्रोजेक्ट एकदम हिट होणार आहे. आता मला सांग, 'दिवस सत्कारणी लावा' याबद्दल तू काय विचार केला आहेस?”

सौख्याची अनुभूती मिळाली की कुतूहल निर्माण होतं.

“एकमेकांच्या पाठीशी आपण खंबीरपणे उभं राहू; पण हे करतानादेखील विनाकारण लांब चेहरे करून बसायची गरज नाही. काहीतरी झकास क्लृप्त्या शोधत राहायच्या.” लोनी म्हणाला.

“आपण अनोखे सुविचार गोळा करू एकमेकांसाठी. त्यातून एकमेकांची उमेद वाढवू.”

“आपण एकमेकांना आपल्या निश्चयाची अधूनमधून जाणीव करून देऊया. शिवाय आपल्याला कशा प्रकारचा पाठिंबा आवडेल तदेखील मोकळेपणाने सांगत जाऊया.”

“आपण सगळे मिळून 'मिंटी – एक महाबँक' अशी योजना सुरू करू. जमेल तशी आणि जमेल तितकी बचत करत जाऊ, अगदी सगळ्यांनी मिळून! पुरेशी रक्कम जमली की क्वीन ॲन हिल हेल्थ क्लबची मेंबरशीप घेऊ.”

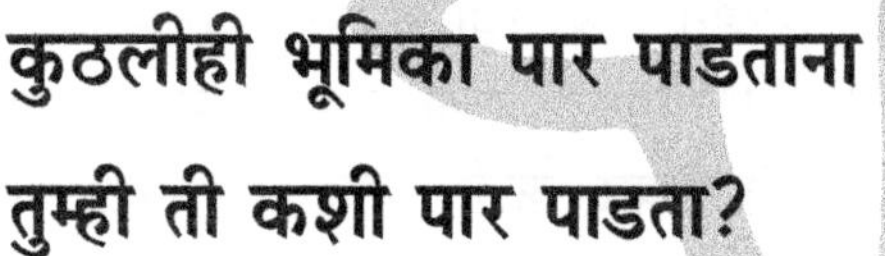

कुठलीही भूमिका पार पाडताना

तुम्ही ती कशी पार पाडता?

१००टक्के उपस्थिती अर्थातच तन्मयता : यशाचा मूलभूत मंत्र

''लोनी, 'तन्मयता' आणि 'आपला ॲटिट्यूड ठरवणे' या दोन बाबींचा विचार करत असताना मला जाणवलं की, सु-आरोग्याशी त्यांचा दृढ संबंध आहे. वजनावर ताबा ठेवता येणं म्हणजेच वर्तमानकाळात जगणं, असं मला वाटतं. शिवाय जोडीला योग्य मनोवृत्तीची निवड हवीच.''

''मला कळलं नाही तुला काय म्हणायचं आहे ते.''

''आधी मी तुला तन्मयतेबद्दलचे माझे विचार सांगते. त्या दिवशी जॅनेल गेल्यावर मी माझ्या जर्नलमध्ये नोंदी करीत बसले होते. ज्या ज्या वेळी मी नीटसं जेवू शकले नव्हते, त्या त्या वेळांचा विचार मी केला. माझ्या या 'नीट न खाण्याची' सांगड मला माझ्या मूडशी घालता आली. त्याची एक यादीच मी तयार केली. थांब हं, तुला वाचूनच दाखवते.''

मी नीट खाऊ शकत नाही तेव्हा माझा मूड कसा असतो?

- भावनाप्रधान
- अस्वस्थ
- फार पुढचे विचार करणारा
- उद्विग्न
- स्वत:चीच कीव करणारा
- उरकून टाकणारा
- रागावलेला
- वैतागलेला
- दुखावलेला
- टाळायचा प्रयत्न करणारा
- शारीरिक आजाराने त्रस्त

''या यादीतल्या अस्वस्थपणाचा विचार आपण आधी करू या. एखादं काम आपण तन्मयतेनं केलं तर अस्वस्थपणाचा शिरकाव

होण्याची शक्यताच नसते. हं, जर एखादं काम करीत असताना तुम्ही शरीराने तिथे पण मनाने दुसरीकडे असलात तर मात्र तुम्हाला अस्वस्थ वाटणारच. शरीराला मनाची जोड मिळाली की, त्याच क्षणी अस्वस्थतेची उचलबांगडी होते, आपसूकच. म्हणजेच लोनी तन्मयता हवीच. नाही का?''

''तुझा मुद्दा आला माझ्या लक्षात.''

''उद्विग्नता म्हणजे पण तन्मयतेचा अभाव. पुढचा विचार म्हणजेदेखील तेच. स्वत:ची कीव करीत बसणे असो किंवा वैतागणे असो. दोन्हींतून एकच गोष्ट निष्पन्न होते, ती म्हणजे वर्तमानात न जगता भूतकाळ कुरवाळत बसणे किंवा भविष्याला कवटाळायचा प्रयत्न करणे.''

''या सगळ्यामध्ये एक विशिष्ट पॅटर्न आहे बघ! आपण म्हणतो की, भावनेच्या भरात खातो आहे. मी तर म्हणेन की, तेव्हा आपण जाणिवा, भावना विसरून खात सुटतो. आपण वर्तमानकाळाचं भान राखलं की, हे असं भावनेच्या आहारी जाऊन खात सुटण्यासारखे प्रकार होतच नाहीत. मुळात या भावना येतात कुठून? एकतर घडून गेलेल्या घटनांमधून किंवा घडू पाहाणाऱ्या घटनांमधून, नाही का? म्हणजे खायचं ते वर्तमानकाळात बसून पण मनाने राहायचं ते भूतकाळात नाहीतर भविष्यकाळात, असं होईल की नाही? याचाच दुसरा अर्थ असा लावता येईल की, प्रत्येक कृती करताना मनाची शंभर टक्के उपस्थिती असेल तर भावनिकतेला अवाजवी थारा मिळणारच नाही. तुम्ही पूर्णपणे भानावर राहाल. तुला काय वाटतं?''

''तू म्हणतेस त्यात नक्कीच तथ्य आहे. आपल्या आयुष्यामध्ये 'या क्षणापुरतं' जगण्याची शिस्त आपणच आपल्याला लावायला हवी; त्यामुळे विनाकारण वाटणारी अस्वस्थता कमी होईल. निदान खाताना तरी ती जाणवणार नाही. खात असताना संपूर्ण लक्ष अन्नावर केंद्रित करून खाण्याची चांगली सवय आपल्याला अंगी बाणवायलाच हवी.''

''भावनेच्या आहारी गेलं की, पोटात कावळे ओरडू लागतात. अर्थात हा आपला समज आहे. त्यावर इलाज म्हणजे स्वत:ला वास्तवाची, त्या क्षणाची, वर्तमानाची जाणीव करून देणं.''

''आणि सदैव एकमेकांच्या सोबत असणंदेखील. दिवसाच्या कोणत्याही क्षणी मी तुझ्या मदतीसाठी तत्पर आहे, तुझ्यातल्या चुका काढण्यासाठी

नाही, हा दिलासा मनाला किती शांतता देईल ना!''

"त्याने काय फरक पडणार आहे?''

"मी जर टीकाकाराच्या, चुका काढणाऱ्याच्या भूमिकेत असेन तर म्हणेन की, तुला खात्री आहे का की तुला हे खायला हवंच आहे? पण तेच जर मी पार्टनरच्या भूमिकेतून मदत करायला सज्ज असेन तर म्हणेन, तू आता या क्षणी याच क्षणात आहेस ना? आपण सजग राहून एकमेकांना मदत करायची आहे. आपल्यामधलं चैतन्य, ऊर्जा ओढूनताणून न आणता सहज स्वाभाविकपणे त्यांची अनुभूती घ्यावयाची आहे.''

"मुलांचा सहभाग आवश्यक आहे. एकतर त्यांना त्यात खूप मजा वाटेल. दुसरं म्हणजे प्रत्यक्ष सहभागाने त्यांचा उत्साह वाढेल आणि आपल्या वागण्याने त्यांच्यासमोर आपसूकच आरोग्याचा आदर्श घालून देता येईल.

जेवताना जेवण्यावरच कटाक्ष ठेवण्यासाठी काही गोष्टी कराव्या लागतील. मुख्य म्हणजे टी.व्ही.समोर बसून न जेवणे आणि जेवताना फोनवर न बोलणे. आपण सगळ्यांनी एकत्र बसून, गप्पा मारत जेवणं हा एक अतिशय महत्त्वाचा आणि उपयुक्त भाग आहे. बरेचदा आपण पेपर वाचतावाचता जेवतो. त्यावेळेस लक्षात घ्यायला हवं की, त्या पेपरमधल्या सगळ्या बातम्यांमध्ये अनेक भावनांचं चित्रण असतं, अनेक समस्यांचे डोंगर असतात. जेवताजेवता या सगळ्या गोष्टी आपण तोंडी लावतो आहोत याची आपण मनाला जाणीव करून देणंही तितकंच गरजेचं आहे.''

तुमच्या सामर्थ्याचा स्त्रोत : तुमची मनोवृत्ती तुम्हीच निवडा

"लोनी, मेरी ऑलिव्हरच्या एका कवितेच्या काही ओळी मला फारच आवडतात. माझ्या मते आपल्या मनोवृत्तीचं वर्णन त्या चपखलपणे करू शकतील. कारण हल्ली मला असं जाणवतं आहे की, मी जेव्हा खाली जाऊन ट्रेडमिलवर चालते तेव्हा शंभर टक्के चालते किंवा ज्या क्षणी पायात शूज चढविते त्याक्षणी दारातून बाहेर पडून चालायला सुरुवात करते, अगदी मनापासून.

त्या ओळी आहेत –

एक दिवस तुला उमगलं, तुला काय करायचं आहे!
आणि तू सुरुवात केलीस!...''

''काय बरोब्बर सांगितलं आहेस तू! खरंच पहिलं पाऊल टाकणं, सुरुवात होणं महत्त्वाचं आहे, नाही का? म्हणतात ना, एखाद्या प्रोजेक्टची सुरुवात होणं म्हणजे तो प्रोजेक्ट अर्धा पूर्ण होणंच आहे. तेव्हा गरज असते ती पहिलं पाऊल टाकण्याची. अनुरूप परिस्थिती निर्माण करण्याची मनोवृत्ती आपण नक्कीच निवडू शकतो. सुरुवात करण्याची मानसिकता आपण आत्मसात करू शकतो.''

''मेरी जेन, अजून एक गोष्ट सांगावीशी वाटते. आरोग्याची कास धरताना आपण नव्याने श्रीगणेशा केला तर? शिकण्याचा ॲटिट्यूड जाणीवपूर्वक स्वीकारला तर उत्कृष्ट आरोग्याकडे जाणं अधिक सोपं होईल.''

''तुझ्या प्रस्तावाचा मी स्वीकार करते. चल, फिरायला जाऊ या.''

''खरंच जाऊया. तुझ्याबरोबर फिरताना मजा येते.''

''तेच तर महत्त्वाचं आहे ना?''

''निघायचं?''

''बस्स, शूज चढवले की झालं!''

फिश! फिलॉसॉफीच्या नैसर्गिक ऊर्जेने परिपूर्ण असणारं

कोणतंही आरोग्यदायक डाएट

हेच फिश डाएट आहे;

अगदी कुठलेही मासे न खाता!...

त्यानंतरचे काही आठवडे लोनी आणि मेरी जेनने वेगवेगळ्या प्रकारे विचार करून आपल्या जीवनशैलीचे निकष तयार केले. सुदृढ आरोग्याचा ध्यास घेताना रोजच्या आयुष्याशी अनाठायी तडजोड करावी लागणार नाही याचं संपूर्ण भान त्यांनी राखलं. इघ्एप!ने त्यांना खूप काही शिकवलं होतं. त्यातले आवश्यक आणि शेलके घटक घेऊन त्यांनी त्यांचा आराखडा बनवला, जो वापरायला साधा, सोपा होता. मुळात प्राथमिक बाबींची यादी करण्याची आवश्यकता त्यांना पटली होतीच; पण त्यात उल्लेखलेली प्रत्येक गोष्ट करताना आपली शंभर टक्के उपस्थिती तिथे हवी याचीही जाणीव त्यांना झाली.

त्यांनी दोन्ही याद्या त्यांच्या घरच्या ऑफिसमध्ये चिकटवल्या. त्या संदर्भातले आपले विचार, कल्पना आणि वाचण्यात आलेली माहिती सातत्याने एकमेकांना सांगत राहिले. लोनीने युनिव्हर्सिटीच्या जिममध्ये वर्कआऊट करायला सुरुवात केली. त्याचप्रमाणे त्याने एक नवीन पद्धत अमलात आणली; ती म्हणजे लोकांना प्रश्न विचारणे, 'तुम्ही काय करीत आहात? का करीत आहात? आणि ते जे काही करीत आहेत ते करताना त्यात तुमचा किती सहभाग आहे?' या प्रश्नांमुळे अनेकांना स्फूर्ती मिळाली आणि शंभर टक्के उपस्थितीची जाणीव होऊ लागली आणि ही जाणीव सर्वस्पर्शी होऊ लागली.

प्रसूती कक्ष

लोनी आणि मेरी जेन प्रसूती कक्षातल्या स्पेशल रूममध्ये हातात हात गुंफून बसले होते. तिला कळा यायला सुरुवात झाली होती.

"खूप त्रास होतो आहे का गं?"

"हं! असं वाटतं की, आता कोणत्याही क्षणी मी बाळंत होईन आणि मी जो हा जोरजोरात श्वास घेते आहे ना त्याचा उपयोग आपण फुगे फुगवायलासुद्धा करू शकू."

एवढ्या त्रासातदेखील मेरी जेनची विनोदबुद्धी जागेवर होती.

"थोडा धीर धर हं, मी आहेच तुझ्याजवळ."

"ए, अजूनही तितकंच प्रेम करतोस का रे?"

"प्रेमाला मोजमाप लावता येतं का गं?"

तेवढ्यात सिस्टर आत आली. मेरी जेनला तपासल्यावर ती म्हणाली की, 'आता लेबर रूममध्ये जायला हवं.' लोनीने ऑटोक्लेव्ह कपडे चढवले मग तो आणि मेरी जेन लेबर रूममध्ये गेले. त्यानंतर साधारण चार तासांनी मेरी जेनने बेथ ॲनला जन्म दिला. नुकत्याच जन्मलेल्या आपल्या मुलीला घेऊन ते त्यांच्या स्पेशल रूममध्ये परतले. किती सुंदर दिसत होती त्यांची मुलगी! हा क्षण कायमचा हातात पकडून ठेवावा, मनात साठवावा असाच होता. एकमेकांच्या सहवासात, हातात हात गुंफून त्यांनी पुन्हा एकदा निश्चय केला की, आयुष्यातल्या प्रत्येक क्षणाची रंगत ते अशाच उत्कटतेने अनुभवतील.

फिश! आयुष्यासाठी...

हे जीवन एकट्याने जगणं फारसं सुसह्य नाही. आपण प्रत्येकजण एका साथीदाराच्या शोधात असतो. एक असा जिवलग आपल्याला हवा असतो, जो आपल्या आयुष्याला अर्थपूर्ण करील. एक अधिक एक या समीकरणाचं उत्तर दोन आहे. नव्हे ते तसंच असतं. मात्र, आपली इच्छा असते की, एक अधिक एकची बेरीज केवळ दोन एवढीच न येता त्याहून अधिक यावी. म्हणजे प्रत्येक क्षण भरभरून जगता यावा. सहजीवनाची अतूट गोडी चाखता यावी. आपल्या आयुष्याच्या जोडीदाराचा आपण सर्वसाधारण असा विचार करतो की :

- असा कोणी, ज्याच्याबरोबर रोजच्या आयुष्यातले सोनेरी क्षण अनुभवता येतील. मग तो क्षण सूर्यास्ताच्या रूपात असेल, नाहीतर एखाद्या कवितेच्या. कदाचित आपल्या बाळाचं पहिलं पाऊल पडताना बघणंसुद्धा असेल.
- अतीव दुःखाचा कडेलोट होईल तेव्हा ज्याच्या खांद्यावर डोकं ठेवून मनसोक्त रडता येईल किंवा सुखाच्या क्षणी ज्याचा हात हातात घेऊन मनसोक्त हसता येईल. शंका-कुशंकांनी मनाला घेरलं असताना, नैराश्याचं मळभ मनावर दाटून आलं असताना ज्याचे शब्द आपल्याला दिलासा देतील, आयुष्यातल्या होकारांना अधोरेखित करतील.

- जो आपला खरा मित्र असेल.
- आपल्या गुणदोषांच्या पलीकडे जाऊन जो आपल्यावर प्रेम करील.
- असा प्रेमी, जो शारीरिक संबंधांमधली मनाची जवळीक समजून घेऊ शकेल.
- ज्याच्या कवेत निर्घोर वाटेल.

आपल्याला समजून उमजून घेणारा जोडीदार भेटावा ही तशी प्रत्येकालाच आस असते, जगाच्या कुठल्याही कोपऱ्यात गेलो तरी ही आस तितकीच प्रकर्षाने जाणवते. प्रत्येक वेळी प्रत्येकालाच असा आदर्श जोडीदार मिळणं न मिळणं ही आपल्या हातातली गोष्ट नाही. शिवाय एकदा आदर्श जोडीदार मिळाला की, 'मग ते सुखाने राहू लागले' असं घडतंच, असं नाही. ठरवून केलेली, यशस्वी झालेली लग्नं म्हणजे केवळ 'अनुरूपता' असंही नाही. त्यांच्यातही अनेकदा विरोधाभास असतोच.

मात्र, पूर्वापार चालत आलेल्या सामंजस्यामध्ये कोणत्याही नातेसंबंधाला आपुलकी आणि स्नेहाच्या परिसस्पर्शानं पालटवायची ताकद आहे. दृढ झालेल्या नात्याला नवे आयाम देण्याचं सामर्थ्य आहे. त्या नात्याला असीम उंचीवर नेऊन पोहोचविण्याची जिगिषा आहे. या सामंजस्याला आजवर अनेकांनी अनेक भाषांत अनेक नावं दिली आहेत. आम्ही त्याच सामंजस्याला फिश! फिलॉसॉफी असं म्हटलं आहे. आम्हाला खात्री आहे की, आयुष्यभरासाठी फिश! अंगीकारण्याची ही मानसिकता स्वीकारण्याची ही सुरुवात आहे... एका सुंदर जीवनासाठी!

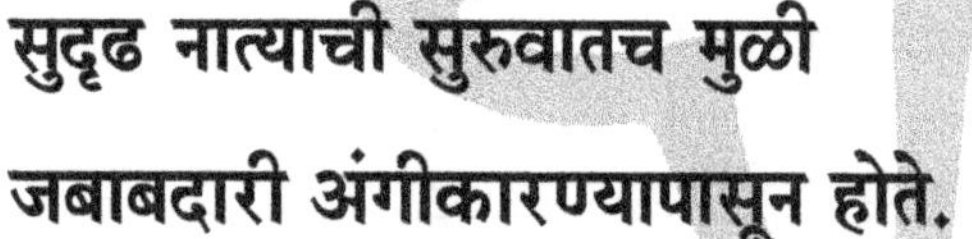

सुदृढ नात्याची सुरुवातच मुळी
जबाबदारी अंगीकारण्यापासून होते.

फिश! चर्चा आणि मार्गदर्शन

मला अनेकांनी सांगितलं आहे की, फिश!ची पुस्तकं अनेक अभ्यास ग्रुप वापरतात. या सगळ्यांचा मी आभारी आहे. सगळ्यांनीच मोकळेपणाने ही पुस्तकं वापरावीत हीच माझी इच्छा आहे. पुस्तकाच्या या उर्वरित भागामध्ये मी जे विचार मांडले आहेत त्यातून हा विषय अधिक स्पष्ट होण्यास मदत होईल. फिश!चा वापर कोणी, कुठे करावा याचे काहीच नियम नाहीत. आपला जोडीदार, कुटुंब, वाचक मंडळ इतकंच काय तर खास वैयक्तिक स्तरावरदेखील आयुष्य संपन्न करण्याच्या दृष्टीने याचा उपयोग होईल, अशी खात्री वाटते.

तुमच्या दैनंदिन जीवनात फिश! फिलॉसॉफी सहजतेनं आणणं तुम्हाला या पुस्तकाच्या माध्यमातून शक्य होईल. शिवाय तुमच्या कल्पनेला भराऱ्या घ्यायला आकाश अपुरं पडावं असंच वाटतं. या पुस्तकाच्या माध्यमातून अनेक मुद्यांचा सर्वंकष विचार केला आहे. त्याचा वापर तुम्हाला अनेक प्रकारे करता येईल. तुमच्या व्यक्तिगत जीवनात आनंद आणता येईल. तुमच्या प्रियजनांच्या सुख-सोयींसाठी अधिक सहजता निर्माण करता येईल. तुमच्या नातवंडांकरिता हव्याहव्याशा, सुखद स्मृतींचा अनुभव देता येईल. आयुष्य म्हणजे तरी काय आहे हो? ती आहे अनेक क्षणांची मालिका. कधीकधी तुम्ही या क्षणांसाठी तयार असता, तर कधी नसता. या पुस्तकामुळे तुम्हाला या क्षणांशी दोस्ती करणं सहज स्वाभाविक वाटू शकेल आणि मग तुमची 'काया, वाचा, मने' असलेली उपस्थिती आयुष्याला अधिक अर्थपूर्ण बनवेल.

कदाचित तुम्हाला तुमच्या नात्यांमध्ये, अनुबंधांमध्ये अंतर्बाह्य बदल करावासा वाटत असेल, झालं गेलं विसरून नव्यानं सुरुवात करायची असेल, तर तेही शक्य होईल.

तुम्ही हे पुस्तक तुमच्या कौटुंबिक जीवनासाठी वापरत असाल तर

कुणी सांगावं, तुम्ही तुमच्या मुलाबाळांसाठी एक संपन्न वारसा ठेवून जाल, 'निवडीचं सामर्थ्य जाणण्याचा वारसा.' जर तुमच्या जोडीदाराबरोबर, मित्र-मैत्रिणींबरोबर चर्चा करण्याच्या दृष्टीने एक मार्गदर्शक म्हणून या पुस्तकाचा वापर तुम्ही करीत असाल तर तुमच्या नात्यामध्ये टप्प्याटप्प्याने येत जाणारी दृढता तुमची तुम्हालाच स्पष्ट होत जाईल.

जाणीवपूर्वक आपली मनोवृत्ती निवडल्यानेच आपल्याला प्रामाणिकपणाच्या अमर्याद सामर्थ्याची कल्पना येते. त्या त्या क्षणी आपल्या ठायी असणारा हा ॲटिट्यूड, ही मनोवृत्ती आपणच जाणीवपूर्वक निवडली आहे हे लक्षात आलं की, आपल्या प्रगतीचे अनेक दरवाजे स्वाभाविकपणे उघडतात, ते सहजासहजी बंद न होण्यासाठी!

अर्थातच या साऱ्या अनुभूती आहेत, ज्या स्वत:च घेऊन पाहायला हव्यात. त्यानंतर त्या आचरणात आणायची सवय झाली की, आपसूकच दुसऱ्याला त्यातून प्रेरणा मिळू शकते आणि चर्चेला अर्थ येतो.

फिश! फिलॉसॉफी – पार्श्वभूमी

जगातल्या कुठल्याही कोपऱ्यातलं घर असो, कार्यालय असो, कामकाजाची जागा असो किंवा नातेसंबंध असो, जिथे स्वच्छ, सुंदर वातावरण आहे, काही बिघडवण्याऐवजी घडविण्याची प्रक्रिया सुरू आहे, तिथे तिथे तुम्हाला फिश! फिलॉसॉफी नजरेस पडेल. गेली पंचवीस वर्षे साऊथ-वेस्ट एअरलाईन्सने फिश! फिलॉसॉफी आत्मसात केली आहे आणि त्यांचं यश देदीप्यमान आहे. अर्थात तिथे ती त्यांच्या संस्कृतीचा गाभा बनली आहे. त्याला ते या नावाने ओळखत नाहीत. एवढाच काय तो फरक!

'फिश!' या पहिल्या पुस्तकात फिश! फिलॉसॉफीच्या चारही घटकांचा पहिल्यांदा समावेश केला होता. 'चैतन्यपूर्ण सहभाग', 'सौख्याची अनुभूती', 'तन्मयता', आणि 'मनोवृत्ती निवडा' हे ते घटक होत. फिश मार्केटचं शूटिंग केल्यावर आम्ही त्याचं एडिटिंग करत होतो, त्यावेळी चार्ट हाऊस लर्निंगच्या डॉक्युमेंटरी फिल्म्स बनविणाऱ्या टीमने या शब्दांचा उपयोग केला.

आज याच चार शब्दांना आम्ही प्रमाणभूत मानलं आहे. कुठल्याही

ठिकाणच्या चैतन्याचा अंदाज घेताना आम्ही हेच घटक निकष म्हणून वापरतो – मग ती शाळा असो, फोन सेंटर असो, हॉस्पिटल, बँक, कारखाना, फिश मार्केट, इन्शुरन्स कंपनी... अगदी कुठलीही कामकाज पार पाडली जाणारी जागा असो. या चारही घटकांचं प्रमाणशीर अस्तित्व ही तिथल्या स्थैर्याची, आनंदाची, सहजतेची आणि समाधानाची नांदी असते, ते काम तितकंसं आनंददायी नसलं तरीही!

फिश!च्या चारही घटकांवर आधारित विशेष प्रश्न

फिश! फिलॉसॉफीसंदर्भात चर्चा करण्याकरिता खालील प्रश्न उपयोगी पडू शकतात. त्या त्या प्रसंगाला अनुरूप, तारतम्य असणाऱ्या प्रश्नांची निवड करा आणि मग त्या प्रश्नाच्या उत्तरांच्या अनुषंगाने चर्चा पुढे न्या. एक मात्र लक्षात घ्या, 'कुठलाही सकारात्मक बदल घडवून आणण्यासाठी आवश्यकता असते ती ऊर्जेची, जाणिवेची!' ही ऊर्जा आणि जाणीव निर्माण करण्यासाठी फिश! फिलॉसॉफीच्या माध्यमातून आपल्याला प्रयत्न करावयाचा आहे. या चर्चेदरम्यान तुमच्या मनात आशा, उत्सुकता, आश्चर्य आणि मोकळेपणा असेल तर चर्चेचं फलितदेखील योग्य असेल.

चैतन्यपूर्ण सहभाग : कुठेही जाल तेव्हा प्रसन्न मनाने जा.

- मनमोकळं वागण्यासाठी मला काय करता येईल?
- माझ्या आवाजातून हास्याची जाणीव होते आहे का?
- आम्ही आमच्या कुटुंबामध्ये धम्माल करतो का? कधी?
- यातून आम्हाला निर्मळ आनंद मिळतो का?
- आमच्या कुटुंबीयांत मित्रत्वाचं नातं आहे का?
- कायमस्वरूपी गंभीरपणे वावरणाऱ्याशी आम्ही कसे वागतो?
- ज्या विषयांवर काथ्याकूट करून काहीही साध्य होणार नाही अशा विषयांचा विचार फार गांभीर्याने करणं आम्ही टाळू शकतो का?
- आपल्यातील सहजता कायम ठेवूनही एखादी बाब अतिशय गांभीर्याने कशी घ्यावी, हे आपल्याला माहीत आहे का?

- एखाद्या चर्चेतून, संवादातून पळवाट काढण्यासाठी आपण थिल्लरपणाचा मार्ग स्वीकारतो का? (महत्त्वाच्या आणि कठीण संभाषणांना फाटा देण्यासाठी 'चैतन्यपूर्ण सहभागा'चा अतिरेक केला जाऊ शकतो.)
- आयुष्यातील स्वाभाविक आनंद आपल्याला जाणवतो का?

सौख्याची अनुभूती : सकारात्मक ऊर्जा ही सर्वोत्तम भेट आहे.

- मी आज कोणाचा दिवस सार्थकी लावेन?
- माझा दिवस कोणामुळे सार्थकी लागला होता? कधी?
- माझ्या कशा प्रकारच्या वागण्यातून दुसऱ्यांना प्रेरणा मिळेल?
- माझ्या आयुष्यातून काही शिकायचे म्हटले तर पहिला धडा कोणता असेल?
- माझ्या मुलांसाठी मी आज कुठल्या स्मृती ठेवल्या आहेत?
- एखाद्याचा आजचा दिवस मी अधिक चांगला कसा करू शकेन?
- मी कोणाकडे दुर्लक्ष करीत आहे?
- माझं आयुष्य सुरळीत चालण्यासाठी अनेकजण कमी महत्त्वाची मानली जाणारी कामं करतात. त्यांच्याकडे लक्ष वेधण्यासाठी काही करता येईल का? (साफसफाई कामगार, वाहतूक नियंत्रक आणि अगदी दुकानांमध्ये खाद्यपदार्थ रचणारे लोक हे सारेच आपल्या आयुष्याचा गाडा सुरळीत चालण्याच्या दृष्टीने सतत कार्यरत असतात.)
- हे जग अधिक चांगलं व्हावं याकरिता मी काय करतो आहे?
- माझ्याबरोबर घालविलेल्या वेळाच्या बाबतीत माझ्या मुला-नातवंडांच्या मनात कोणत्या स्मृती असतील? (आपल्या कोणत्या कृतीची आठवण त्यांच्या मनावर कोरली जाईल हे सांगता येणं कठीण आहे; पण तुम्ही सजगतेनं कधी वावरता हे सांगता येणं शक्य आहे.)

तन्मयता : तन्मयता आत्मसात केली तर विस्मयकारक गोष्टी घडू शकतात.

- मी या क्षणी कुठे आहे? माझं लक्ष कुठे आहे? माझ्या मनात कोणते विचारप्रवाह सुरू आहेत?
- काया-वाचा-मने मी एका जागी आहे का?
- मला माझं लक्ष कुठे एकाग्र करायचं आहे?
- तन्मयतेचा काय परिणाम होईल?
- एका वेळी एकाच जागी राहून मी एकच गोष्ट करतो का? की एकाच वेळी अनेक गोष्टी करण्याचा प्रयत्न करतो?
- मी अष्टावधानी असलो तरी एका वेळी मी एकच गोष्ट करू शकणार आहे हे कितपत खरं आहे?
- माझं लक्ष नाही हे लोकांच्या लक्षात येतं का?
- ब्रॅड म्हणाला होता की, आजीच्या बाजूला उभं राहून तिच्याशी बोलण्यापेक्षा तिच्याजवळ बसून बोललं, तर तिला आवडतं. मला स्वत:ला हे असं कुठे जाणवलं का?
- या क्षणामध्ये राहाण्याकरिता आपण इतरांना कोणकोणत्या प्रकारे सूचना देऊ शकतो?

आपली मनोवृत्ती निवडा : या क्षणाला तुमची जी काही मनोवृत्ती आहे ती तुमची तुम्हीच निवडलेली आहे. म्हणून आपली मनोवृत्ती म्हणजेच ॲटिट्यूड विचारपूर्वक ठरवा. तुमचं आयुष्य त्यावर अवलंबून आहे.

- कोणकोणत्या मनोवृत्ती माझ्या आवडत्या आहेत?

१.

२.

३.

- कोणकोणत्या मनोवृत्ती माझ्या आयुष्यात वारंवार आढळतात?

१.

२.

३.

- या मनोवृत्ती मला आवडतात का?
- एका मनोवृत्तीकडून मी दुसऱ्या मनोवृत्तीकडे कसा वळतो?
- स्वत:ची मनोवृत्ती वरचेवर तपासून बघितली पाहिजे याची आठवण करून देणारी काही योजना मी तयार केली आहे का?
- एखाद्या मनोवृत्तीमध्ये झटकन् शिरण्याची काही युक्ती आहे का?
- कुठली मनोवृत्ती मला सर्वसाधारणपणे बिलगलेली असते?
- भावना आणि मनोवृत्ती यांना मी वेगळं काढू शकतो का?
- एखाद्या मनोवृत्तीमधून बाहेर पडण्याचा काही मार्ग आहे का?
- दुसऱ्यांच्या कुठल्या मनोवृत्ती अतिशय कर्कश व त्रासदायक वाटतात?

सर्वसाधारण चर्चेकरिता प्रश्न

तुमच्या आवडत्या व्यक्तींबरोबर चर्चा सुरू करण्याच्या दृष्टीने खालील प्रश्न तुमच्यासाठी उपयुक्त ठरतील. अर्थात ते प्रश्न दिलेल्या क्रमानेच विचारले पाहिजेत किंवा सर्वच्या सर्व प्रश्न जसेच्या तसे पाहिजेत, असंही नाही. या प्रश्नांच्या अनुषंगाने तुम्ही स्वत:च स्वत:चे प्रश्न तयार करू शकता. पण त्यानंतरचा संवाद हा खराखुरा आणि मनापासून असायला हवा. आपण हवापाण्याच्या गप्पा मारत नाही आहोत याचं भान असायला हवं. मनाची विशालता, मोकळेपणा, निष्कपटपणा आणि धैर्य यांच्या आधारे आपल्याला नात्यांची नीव उभारायची आहे, हेच या संवादाचं प्रयोजन आहे. तुमच्या आयुष्यात ज्या ज्या व्यक्ती महत्त्वाच्या आहेत, त्यांच्यासमवेत आठवड्यातून किमान एकवेळ तरी खराखुरा संवाद साधाच.

- खराखुरा आणि मनापासूनचा संवाद साधणे याला तुमच्या लेखी कितपत महत्त्व आहे?
- असे काही विषय आहेत का जे आपण टाळत होतो?
- आपलं हे कुटुंब, आपली भागीदारी, आपली मैत्री यांच्याबद्दल आपला भविष्यकालीन दृष्टिकोन काय आहे?
- आपल्याला आपला 'आपण' समजला आहे का?
- त्या 'आपण'चा आपल्याला योग्य उपयोग होतो आहे का?
- एकत्र सहवासातून आपण आपलं आयुष्य कशा प्रकारे घडवीत आहोत?
- 'या क्षणात' राहाण्याकरिता आपण एकमेकांना कशी मदत करू शकतो?
- एकत्र जगत असताना तुमच्या आयुष्यात कुठले ॲटिट्यूड अग्रक्रमाने यावेत असं तुम्हाला वाटतं? ते ॲटिट्यूड अंगी बाणवण्यासाठी कोणकोणते मार्ग हाताळता येतील?
- आपण जे सहजीवन एकत्र उभारू पाहातो त्याच्या मुळाशी

कोणती सात प्राथमिक तत्त्वं आहेत?

१.

२.

३.

४.

५.

६.

७.

- या तत्त्वांचं तुमच्या आयुष्यात काय स्थान आहे? कोणतं तत्त्व किती प्रमाणात तुम्ही अंगीकारलं आहे?
- या तत्त्वांची उपस्थिती आणि प्रमाण तुमच्या दृष्टीने योग्य आहे का? या तत्त्वांच्या संदर्भात विचार करता तत्त्वांना किती महत्त्व द्यायचं हे ठरवायला तुम्हाला आवडेल का?
- पुढच्या वर्षभरासाठी / सहा महिन्यांसाठी / एका दिवसासाठी तुमचं ध्येय काय असावं याची चर्चा करा.
- सिंहावलोकन करा.

जबाबदारी

हे पान मुद्दाम रिकामं सोडलं आहे. हे ज्याचं त्यानं भरायचं आहे. ते सावकाश भरावं, आपल्या जबाबदाऱ्यांनी...? तुम्ही कोणाशी कोणता वायदा केला आहे? तो तुम्ही लिहून काढा. एकाच बैठकीत हे पान भरून टाकायचं नाही. गरजेनुसार, सवडीनुसार लिहायचं आहे. तुमच्या आयुष्याच्या दृष्टीने अतिशय महत्त्वाचं असं हे पान आहे.

फिश! फिलॉसॉफीमध्ये समाविष्ट असलेलं चातुर्य आपल्या प्रत्येकाच्या ठायी असतं.

सुरुवात करण्याकरिता आवश्यक असलेलं सारं काही तुमच्याजवळ आहेच.

तेव्हा उठा! आयुष्यात परिवर्तन आणा.

फिश! आयुष्याकरिता!

फिश! जीवनसाथीकरिता तुमचा सहभाग हवाच

फिश! जीवनसाथीकरिता या आगामी उपक्रमामध्ये तुमचे अनुभव पाठवून तुम्हीदेखील सहभागी होऊ शकता. आजवर अनेकांनी फिश!चा समावेश आपल्या आयुष्यात केला आहे. त्यांपैकी काही स्त्री-पुरुषांनी त्यांचे गेल्या तीन वर्षांतले आपले अनुभव आम्हाला लिहून पाठविले आहेत. ते इथे देत आहोत. 'फिश! जीवनसाथीकरिता' या उपक्रमात सहभागी होण्याची तुमची इच्छा असेल तर तुम्हीदेखील तुमची फिश! कथा आम्हाला पाठवा.

चैतन्यपूर्ण सहभाग

ई-मेलद्वारे मिळालेली कथा – लेखक अज्ञात

एका रात्री जेवण झाल्यानंतर माझे आई-वडील खुर्चीत उलटे बसले – म्हणजे खाली डोकं वर पाय असे. ते पाहिल्याबरोबर मी आणि माझ्या बहिणीने पण त्यांचं अनुकरण केलं. त्या रात्री आम्ही सगळे पोट धरधरून हसलो. हसूनहसून आमची पोटं दुखायला लागली. ही सुंदर आठवण मी आयुष्यभर जपून ठेवेन.

सौख्याची अनुभूती

एका ई-मेलद्वारे आलेली ही कथा मला खूप आवडते. कारण अजिबात न आवडणाऱ्या एका परिस्थितीला सकारात्मक रूप दिलं गेलं आहे. त्याला समाधानाची झालर लावलेली आहे. तुमच्यापैकी ज्या कुणी ही कथा लिहिली असेल त्याला 'सलाम'. लिहिणाऱ्याने आमच्याशी संपर्क साधला तर त्याच्या पाठीवर कौतुकाची थाप तरी देता येईल. फारच सुंदर प्रकारे ही गोष्ट सांगितली आहे.

चांगली तयारी केली की, चांगली वर्तणूकदेखील सहजच घडून येते. माझ्या मुलीला पहिल्यांदा डेंटिस्टकडे न्यावं लागलं तेव्हा तिच्यामुळे मी

हे शिकलो. डेंटिस्टच्या दुसऱ्या भेटीसाठी आमची तयारी आपोआपच झाली.

एका शनिवारी आम्ही माझ्या आई-वडिलांकडे राहायला गेलो होतो. तिथे असलेली फिरती खुर्ची पाहून मला डेंटिस्टच्या खुर्चीची आठवण झाली. शिवाय मीदेखील बराचसा डेंटिस्टसारखा वाटत होतोच. मग माझी मुलगी झाली माझी असिस्टंट. आम्ही दोघांनी मिळून सगळा जामानिमा केला. एका ट्रेमध्ये आजीचा टूथब्रश, टूथपेस्ट, डेंटल फ्लॉस आणि डेंटिस्टकडे असतो, तस्साच कप असा सगळा सरंजाम मांडला. आजीला त्या खुर्चीत रेलायला सांगितलं. लाईटची पोझिशन जमवून घेतली. आजीच्या हनुवटीखाली नॅपकीन ठेवला. आजोबांनी तोंडाने ड्रिलिंग मशीनचा आवाज सुरू केला. त्यांना खूप मजा वाटत होती हे त्यांच्या चेहऱ्यावरूनच दिसत होतं. आमचं काम संपलं तेव्हा आजीचे दात बऱ्यापैकी स्वच्छ झाले होते. रक्तदेखील फारसं आलं नव्हतं. आमच्या 'चांगल्या' कामाबद्दल आम्हीच आमची पाठ थोपटून घेतली. माझ्या मुलीला तर 'डेंटिस्ट' हा खेळ खेळायला खूप आवडू लागलं आहे. ती आणि तिची चुलत-आत्ये भावंडं आजी-आजोबांकडे जमली की, आवर्जून हा खेळ खेळतात. तेव्हापासून आमच्या कोणाच्याच दातांना कीड लागली नाही.

तन्मयता - फोनद्वारे

अनेक दिवस मी माझ्या मुलांना सांगत होते की, आपण मागच्या अंगणात तंबू ठोकू, रात्री तिथेच झोपू; तिथेच राहू. तंबूमध्ये झोपण्याच्या कल्पनेने मुलंदेखील खूप उत्तेजित झाली होती. परंतु सतत काही ना काही घडत गेलं आणि आमचं कॅम्पिंग रद्द होत गेलं. काही दिवसांनी तर मुलांनी मला याबाबत विचारणंच सोडून दिलं. खरं तर मी सुटकेचा निःश्वासच टाकला; पण त्यानंतर गेल्याच आठवड्यात 'तन्मयता' या विषयावर वाचन केलं. दारू पिऊन ट्रक चालविणाऱ्या ड्रायव्हरकडून तुमची मुलगी मारली गेली होती. तुम्ही तुमच्या मुलीविषयी जो अर्पणभाव व्यक्त केला त्याबद्दल देखील मी वाचलं आणि मग ठरवलं की, आपण आपल्या मुलांप्रती बांधलेले आहोत. दुसऱ्या दिवशी मी आरशातल्या माझ्या प्रतिबिंबाला वचन दिलं की, मी मुलांप्रती तन्मयता दाखवेन,

त्यांच्या आयुष्यात सहभागी होऊन. काल रात्री आम्ही अंगणात झोपलो होतो. काय धम्माल आली!

आपली मनोवृत्ती निवडा - ई-मेलद्वारे

आपली सकाळ प्रचंड धावपळीची असणार आहे याची तुम्हाला जाणीव आहे. जेमतेम वर्ष-दीड वर्षाच्या तुमच्या बाळाला सकाळी पाळणाघरात जायच्या आधी कपडे बदलायला आवडत नाहीत याचीही कल्पना तुम्हाला आहे. अशा परिस्थितीत आदल्या रात्री झोपताना तुम्ही तुमच्या बाळाला उद्या सकाळी घालावयाचे कपडे – अर्थातच स्वच्छ धुतलेले – घालून झोपवलं तर त्यात काय बिघडलं? हं, आता बाकीचं सगळं जग रात्री पायजमा घालतं; पण म्हणून आपणही अट्टाहासाने ते आणि तसंच केलं पाहिजे का? की आपल्या कुटुंबाच्या सोयीचा विचार केला पाहिजे? आणि असं केल्याने जर येणारी सकाळ आनंदी मनोवृत्ती घेऊन येणार असेल, तर काय हरकत आहे?

प्रेमळ सूचना – तुमच्या आईला सांगू नका हं याबद्दल. त्याचं काय आहे, आजी झाल्यावर या गोष्टी पटतातच, असं नाही!

'फिश! जीवनसाथीकरिता' यासाठी तुम्हाला तुमचे अनुभव पाठवायचे असतील तर SLRunner@aol.com या मेल-आयडीवर पाठवा. फिश! फिलॉसॉफी वाचून, आत्मसात करून, तिचा वापर करून तुमच्यापैकी अनेकांनी आयुष्य अधिक दर्जेदार केलं असेल, नाती दृढ केली असतील आणि मुलांना अधिक सजगपणे वाढवलं असेल, अशी आशा मला आहे आणि म्हणूनच *'फिश! जीवनसाथीकरिता'* यासाठी तुमच्याकडून हजारोंनी कथा येतील. तुम्ही पाठविलेली प्रत्येक कथा छापली जाईलच असे नाही. तरीही तुम्ही पाठविलेल्या कथेवर आवश्यक ते संस्कार करण्याची, ती छापण्याची परवानगी तुम्ही आम्हाला देत आहात, हे गृहीत असेल.

'फिश! आयुष्याकरिता' पूर्णत्वाला नेल्याबद्दल मनापासून आभारी आहे.

स्टिफन सी. लन्डिन
बिग ट्युना Ph.D.

9 789353 171056

Printed by BoD™in Norderstedt, Germany